EASY TAGALOG
PHRASE BOOK

Over 1500 Common Phrases
For Everyday Use And Travel

Lingo Mastery

www.LingoMastery.com

ISBN-13: 978-1-951949-41-9

Free Book Reveals the 6-Step Blueprint That Took Students **from Language Learners to Fluent in 3 Months**

- **6 Unbelievable Hacks** that will accelerate your learning curve

- **Mind Training:** why memorizing vocabulary is easy

- **One Hack to Rule Them All:** This secret nugget will blow you away...

Head over to **LingoMastery.com/hacks** and claim your free book now!

TABLE OF CONTENTS

INTRODUCTION

When looking for a new language to learn, Tagalog is one of the many languages that most learners tend to look past as an option. This is primarily because English is also a national language of the Philippines; so understandably, foreigners do not worry much about linguistic barriers with Filipinos. Why go the extra mile of learning the native language when you can already communicate with them, right?

While this holds true to some extent, we cannot take away the value of learning Tagalog. Speaking in English during your visit to the Philippines is not a foolproof guarantee that miscommunications will not occur. You must also consider the fact that majority does not mean *all*. You may still encounter people who do not speak English. Hence, you must know the basics – from Tagalog phonetics to vocabulary.

Basics. This is what this book is all about. This book digs deep to the basics of Tagalog, providing you with thousands of useful everyday phrases that will certainly help you carry out simple conversations with the locals. Our phrases go beyond travelling. We have curated a plethora of Tagalog expressions that will give you a glimpse of their culture and everyday life.

Ready? Let's start with its alphabet.

Tagalog Vowels and Consonants

The Tagalog alphabet has 28 letters – 26 of which are the same as in English, with 'ñ' /enye/ and 'ng' /nga/ as the additional two. Although written the same way, it is important to note that the English and Tagalog pronunciation of these letters can vary greatly.

Vowels

Vowel lengths are important in Tagalog as it is in English (e.g. st**eal** vs. st**i**ll). When pronouncing a Tagalog vowel, you have to pay attention to your tongue placement as well as the shape of your mouth.

a   pronounced as in <u>a</u>dult, <u>a</u>mass, <u>a</u>ppropriate

Note that the second a in amass /a-MESS/ is not underlined. This is to show that the Tagalog a is not phonetically the same as the a /eh/ in plant /plent/, lamb /lemb/ or anger /ENG-ger/.

e   pronounced as in <u>e</u>nvy, <u>e</u>stablish, p<u>e</u>sticide
i   pronounced as in p<u>i</u>n, m<u>i</u>st, <u>ee</u>l
o   pronounced as in <u>o</u>ste<u>o</u>porosis, <u>o</u>nset, pr<u>o</u>voke

Note that the last o in osteoporosis /os-te-yo-po-ROW-sis/ and second o in provoke /pro-VOWK/ are not underlined. This is to show that the Tagalog o is not phonetically the same as the o /ow/ in go /gow/, stone /stown/ or bold /bowld/. Furthermore, Tagalog o cannot also be pronounced like the o in monster /MOHN-stur/ or ponder /POHN-dur/.

u   pronounced as in r<u>oo</u>ster, p<u>oo</u>r, r<u>u</u>de

Note that the Tagalog u cannot be pronounced like /yu/ as in universal /yu-ni-VER-sal/ or /uh/ as in cut /kuht/.

Based on the guide above, try pronouncing the Tagalog words below:

aso (dog), A-so
buhok (hair), boo-HOK
ilaw (light), EE-law
pantay (equal), pan-TAY
mesa (table), ME-sa

Glottal Stop

Another major difference between Tagalog and English vowels is the presence of the glottal stop before and after a vowel. From the name itself, the glottal stop is a sound of a sudden stop you make by disrupting the airflow in your throat. To understand it better, think of how you pronounce the expression *uh-oh!* Notice there is a sudden stop after *uh*, before proceeding to pronounce the second syllable *oh*.

The glottal stop in Tagalog is commonly placed between two consecutive vowels or as a word-final sound. This glottal stop is represented by the symbol **ʔ**, the official symbol used in the International Phonetic Alphabet. Examples are:

paa (foot), pa-ʔA

maaga (early), ma-ʔA-ga
manika (doll), ma-NEE-kaʔ
bata (child), BA-taʔ

Moreover, the glottal stop is an essential part of Tagalog's phonetics. Its presence or absence can change the entire meaning of a word. Examples:

basa (to read), BA-sa
basa (wet), ba-SAʔ
upo (bottle gourd), OO-po
upo (to sit), oo-POʔ

Note: Since this phrasebook is intended for beginners, our pronunciation guides will not include the glottal stop. We are sticking to basic Tagalog phonetics to avoid overwhelming our readers. To know more about this glottal stop, please keep an eye for our Intermediate and Expert-level Tagalog materials.

Consonants

While Tagalog consonants are nearly the same as English consonants, it is vital to remove aspiration when pronouncing Tagalog consonants. Aspiration, simply put, is the sound of air English speakers release after consonants like **k**, **t** and **p**. Examples for this are *cat /khet/ and pen /phen/.*

How you pronounce the letter **r** is also a dead giveaway if you are a native speaker or not. Unlike in English, the Tagalog **r** is made by flicking your tongue against the roof of your upper teeth. Think of how you roll your **r**'s when you make the sound *brrrrr.*

A unique Tagalog consonant, the sound of **ng** is no stranger to English speakers. From *sing* to *slang*, you might think that you got this consonant all figured out. However, the problem arises for most English speakers when **ng** is not at the end of the word. Since **ng** is only ever used as word-final in English, pronouncing it elsewhere proves to be a difficult feat.

For practice, try repeating the word *sing-along* as fast as you can. Make sure that you're not pronouncing sing and along as two separate words: *sing-along* → *singalong*. The sound **nga** in *singalong* is how it should be done. As long as you don't pronounce the hard **g** in **ng**, you'll get the hang of it. Examples in Tagalog include:

ngayon (now), nga-YON

3

ngipin (tooth), NGEE-pin
pangalan (name), pa-NGA-lan
pingas (rip), PEE-ngas

Syllable Stress

It can't be *stressed* enough: where you put your stress in Tagalog syllables can make or break you. Just like the glottal stop, the placement of the stress in some Tagalog words can change the whole meaning of what you're trying to say. Look at the examples below.

buhay (life), BOO-hay
buhay (alive), boo-HAY
piling (in the presence/arms of someone), PEE-ling
piling (cluster/bunch), pi-LING
baon (supply/allowance), BA on
baon (to bury), ba ON

Pronouns

Now that phonetic woes are out of the way, it's time to talk about Tagalog pronouns. Unlike European languages, pronouns in Tagalog are gender-neutral. What you have to pay attention to is plurality, POV, and case.

First Person | Singular

I, me, my, mine, myself. You are probably familiar with the types and use of first person pronouns. In Tagalog, we have *ako* (I), *ko* (my), *akin* (mine). Let's see how they are used in a sentence.

Ako is used to refer to the speaker's self.

Ako si Jerry.	*a-KO si JE-ree.*	*I am Jerry.*
Ako ay isang guro.	*a KO ay i SANG GOO ro?*	*I am a teacher.*
Pauwi na **ako** sa bahay.	*pa-oo-WEE na a-KO sa BA-hay.*	*I am on my way home.*

Ko is usually used to indicate possession. It comes after a noun.

sapatos **ko**	sa-PA-tos ko	**my** shoes
nanay **ko**	NA-nay ko	**my** mother
pusa **ko**	POO-saʔ ko	**my** cat

However, **ko** can also be used to replace **ako** in passive voice.

Hindi **ko** itinago ang pitaka mo.   *Your wallet was not hidden by **me**.*
hin-DEEʔ ko ti-NA-goʔ ang pee-TA-ka mo.

Isinuko **ko** ang bandila.   *The flag was surrendered by **me**.*
i-si-NOO-koʔ ko ang ban-DI-la.

Last is **akin**. This pronoun has the same function as possessive **ko**. It is usually used to indicate that something is owned by the speaker.

Akin ang lobong ito.   *This balloon is **mine**.*
A-kin ang LO-bong i–TO.

Akin ang suot mong sapatos.   *The shoes you're wearing are **mine**.*
A-kin ang soo-OT mong sa-PA-tos.

This pronoun is also used if the speaker is the receiver of an action.

Ibinulong niya sa **akin** ang kanyang sikreto.   *She whispered her secret to **me**.*
i-bi-noo-LONG nya sa A-kin ang kan-YANG sik-RE-to.

Sa **akin** mo ipadala ang sulat.   *Address the letter to **me**.*
sa-A-kin mo i-pa-da-LA ang SOO-lat.

First Person | Plural

There are two types of first-person pronouns in plural form: *inclusive* and *exclusive*. Inclusive pronouns refer not only to the speaker, but also to the person/people spoken to. Examples of these are *we*, *us* and *our*. Take a look at their Tagalog counterparts:

Tayo is used as a subject pronoun.

Tayo ang pag-asa ng bayan.   *We are the hope of the nation.*
TA-yo and pag-A-sa ng BA-yan.

Hindi **tayo** susuko.   *We will not give up.*
hin-DEEʔ TA-yo soo-SOO-koʔ.

Natin and **atin** are used to indicate possession.

> Ang buhay **natin** ay maikli lamang.   *Our life is short.*
> *ang BOO-hay NA-tin ay ma-ik-LEE? LA-mang.*

> Hindi sa **atin** ang sasakyang ito.   *This car is not **ours**.*
> *hin-DEE? sa A-tin ang sa-sak-YANG I-to.*

The other type of first-person pronoun in plural form is the *exclusive pronoun*. Exclusive pronouns refer to the speaker and a group of people excluding the person being spoken to. Examples are:

Kami is used as a subject pronoun.

> **Kami** na ang magbabayad.   *We (not you) will pay the bill.*
> *Ka-MEE na ang mag-ba-BA-yad.*

> Wala **kami** sa bahay.   *We are not home.*
> *wa-LA ka-MEE sa BA-hay.*

Namin and **amin** are used to indicate possession.

> Ang pagkain namin ay para sa lahat.   *Our food is for everyone.*
> *ang pag-KA-in NA-min ay PA-ra sa LA-hat.*

> Sa **amin** ang pusang iyon.   *That cat is **ours**.*
> *sa A-min ang POO-sang i-YON.*

First Person | Dual

In Tagalog, there is a pronoun that encapsulates the meaning of *me to you.* This pronoun is called **kita**.

> Mahal **kita**.   *I love **you**.*
> *ma-HAL ki-TA.*

> Hinintay **kita** kahapon.   *I waited for **you** yesterday.*
> *hee-nin-TAY ki-TA ka-HA-pon.*

> Gusto **kita**ng tawagan ngayon.   *I want to call **you** right now.*
> *goos-TO ki-TANG ta-WA-gan nga-YON.*

From the sample sentences above, notice that this pronoun is used to represent an action done by the speaker to the listener — *an action from me, towards you.*

Second Person | Singular

Second person pronouns refer to the person/people the speaker is talking to. As opposed to *you*, *your* and *yours of the English language*, Tagalog has quite a few second person pronouns. We have *ikaw, ka, mo* and *iyo* in singular form.

Ikaw is used as a subject pronoun.

Ikaw ay maganda.   ***You*** *are beautiful.*
i-KAW ay ma-gan-DA.

Ikaw ang mahal ko.   ***You*** *are the one I love.*
i-KAW ang ma-HAL ko.

Ka is used as an object pronoun.

Tinatawag **ka** ni nanay.   *Mom is calling **you**.*
tee-na-TA-wag ka ni NA-nay.

Hindi **ka** naiintindihan ng mga mag-aaral.   *The students do not*
                                                   *understand **you**.*
hin-DEE? ka na-ee-een-TIN-di-han nang ma-NGA mag-a-a-RAL.

Mo and **iyo** are used to indicate possession. **Mo** is usually placed after a noun.

Gusto kong makita ang bahay **mo**.   *I want to see **your** house.*
goos-TO kong ma-KEE-ta ang BA-hay mo.

Sa **iyo** ba ang bisikletang ito?   *Is this **your** bike?*
sa ee-YO ba ang bee-sik-LE-tang i-TO?

Second Person | Plural

Pluralized second person pronouns in Tagalog consist of *kayo, niyo/ninyo* and *inyo*.

Kayo is used both as a subject and object pronoun.

Kayo ang may sala.   ***You*** *are the culprits.*
ka-YO ang may SA-la?.

Kayo ba ang mga bagong empleyado?   *Are **you** the new employees?*
ka-YO ba ang ma-NGA BA-gong em-ple-YA-do?

Binalaan na namin **kayo**.   *We already warned **you**.*
bi-na-LA-an na NA-min ka-YO.

7

Niyo/Ninyo and **inyo** are used to indicate possession. Note that there is no difference between **niyo** and **ninyo** since these two can be used interchangeably. Niyo and ninyo are placed after a noun.

Pumunta tayo sa opisina **ninyo/niyo**.   *Let us go to **your** office.*
poo-moon-TA TA-yo sa o-pee-SEE-na nin-NYO/nyo.

Ito ba ang lugar **ninyo/niyo**?   *Is this **your** neighborhood?*
i-TO ba ang loo-GAR nin-NYO/nyo?

Ang gusaling ito ay sa **inyo**.   *This building is **yours**.*
ang goo-SA-ling i-TO ay sa in-NYO.

Third Person | Singular

Third person pronouns refer to people outside of the conversation. Singular forms in Tagalog include *siya, niya* and *kaniya/kanya*.

Siya is used both as a subject and object pronoun.

Siya ay magaling kumanta.   ***He/She** is good at singing.*
si-YA ay ma-ga-LEENG koo-man-TA.

Niyakap **siya** ng bata.   *The child hugged **him/her**.*
ni-YA-kap si-YA ng BA-ta.

Niya and **kaniya/kanya** are used to indicate possession. **Kaniya** and **kanya** can be used interchangeably.

Si Michelle ay naglalaba ng damit **niya**.   *Michelle is washing **her** clothes.*
si mee-SHEL ay nag-LA-la-ba nang da-MIT ni-YA.

Ang libro **niya** ay nahulog.   ***His/her** book fell.*
Ang lib-RO ni-YA ay na-HOO-log.

Hindi sa **kaniya/kanya** ang pitakang iyan.   *That wallet is not **his/hers**.*
hin-DEE? sa ka-ni-YA/kan-NYA ang pi-TA-kang i-YAN.

Third Person | Plural

Third person pronouns in plural form consist of *sila, nila* and *kanila*.

Sila is used both as a subject and object pronoun.

Sila ang aking pamilya.   ***They** are my family.*
si-LA ang A-king pa-MEEL-ya.

Sila ang tumulong sa akin.   ***They** are the ones who helped me.*
si-LA ang too-MOO-long sa A-kin.

Binigyan ko **sila** ng pabuya. *I gave **them** a reward.*
Bi-nig-YAN ko si-LA nang pa-BOO-ya.

Nila and **kanila** are used to indicate possession.

Katatapos lamang ng pagtatanghal **nila**. ***Their** performance just ended.*
Ka-ta-TA-pos LA-mang nang pag-ta-tang-HAL ni-LA.

Sa **kanila** ang mansyon na ito. *This mansion is **theirs**.*
Sa ka-ni-LA ang man-SHON na i-TO.

Referring to a thing in Tagalog requires the use of *demonstrative pronouns*. While in English, a thing can be referred to as *it*, Tagalog usually considers the proximity of the speaker to the said object. Refer to the examples below:

ito /i-TO/ it/this (close to the speaker)
iyan /i-YAN/ that (a little far from the speaker)
iyon /i-YON/ that (far from the speaker)

In casual conversations, these pronouns are usually shortened to **'to**, **'yan** or **'yon/'yun**.

Hindi ko maintindihan **ito/'to**. *I don't understand **this**.*
hin-DEE? ko ma-in-TIN-di-han i-TO/to.

Pakiabot nga **iyon/'yon/'yun** sa akin. *Please pass **that** thing to me.*
pa-ki-a-BOT nga i-YON/yon/yun sa A-kin.

Articles

Just like English, Tagalog also has a set of articles preceding a noun. These are *ang, ng, si* and *sina*. **Ang** can be thought as the Tagalog counterpart for *the*. It is a definite article that introduces nouns except names of people. The indefinite article (a, an) in Tagalog is **ng**. This conveys a more general meaning. Look at their contrast below:

Kailangan ko **ng** sasakyan. *I need **a** car.*
Kay-LA-ngan ko nang sa-sak-YAN.

Kailangan ko **ang** sasakyan. *I need **the** car.*
Kay-LA-ngan ko ang sa-sak-YAN.

Gusto ko **ng** mansanas. *I want **an** apple.*
goos-TO ko nang man-SA-nas.

9

Gusto ko **ang** mansanas.   *I want **the** apple.*
Goos-TO ko ang man-SA-nas.

Tagalog has a separate article for referring to people's names. Its singular form is **si,** and its plural form is **sina**.

Si Jane ay nasa Maynila.   *Jane is in Manila.*
si jeyn ay NA-sa may-NEE-la.

Nagpunta **sina** Mel at Joey dito .   *Mel and Joey went here.*
nag-poon-TA si-NA mel at JO-wi DEE-to.

Pluralization

In Tagalog, the word **mga** /ma-NGA/ is added before a noun to indicate its plurality.

ang pusa   the cat
ang POO-sa

ang **mga** pusa   the cats
ang ma-NGA POO-sa

ang bata   the child

ang BA-ta

ang **mga** bata   the children
ang ma-NGA BA-ta

In some cases, aside from adding **mga**, a partial or full reduplication of the word is also used to pluralize nouns.

mga bahay → mga bahay-bahay   *houses*
ma-NGA ba-HAY → ma-NGA ba-HAY-ba-HAY

mga damit → mga damit-damit   *clothes*
ma-NGA da-MIT → ma-NGA da-MIT-da-MIT

mga tonelada → mga tone-tonelada   *tons*
ma-NGA to-ne-LA-da → ma-NGA to-ne-to ne-LA-da

Negation

The word for *no* in Tagalog is **hindi** /hin-DEE/. If you want to negate an expression in Tagalog, the word **hindi** must be added before the subject or the predicate.

Hindi siya mabait.   *He/She is **not** nice.*
hin-DEE? si-YA ma-ba-IT.

Si nanay ay **hindi** maglalaba ngayong araw.   *Mom will **not** do laundry today.*
si NA-nay ay hin-DEE mag-LA-la-ba nga-YONG A-raw.

***Hindi** ako ang kumuha ng litrato.*   *I was **not** the one who took the photo.*
hin-DEE? a-KO ang koo-MOO-ha nang lit-RA-to.

Question

A yes-no question in Tagalog is formed by adding the word **ba**. It is usually inserted after the subject/predicate but never in the beginning of the sentence.

Sa Maynila ka **ba** nakatira?   *Do you live in Manila?*
sa may-NEE-la ka ba na-ka-ti-RA?

Umuulan **ba**?   *Is it raining?*
oo-moo-oo-LAN ba?

Maganda **ba** ang pelikula?   *Was the movie good?*
ma-gan-DA ba ang pe-LEE-ku-la?

WH-questions

Below is a table of Tagalog question words.

English	Tagalog
What	Ano /a-NO/
Where	Saan /sa-AN/
Why	Bakit /BA-kit/

11

When	Kailan /kay-LAN/
Which	Alin/a-LEEN/
How	Paano /pa-A-no/ (manner or method)
How	Kumusta /koo-MOOS-ta/ (condition or state)
How much	Magkano /mag-KA-no/ (money) Gaano /ga-A-no/ (measurement)
How many	Ilan /i-LAN/
Whom/Whose	Kanino /ka-NEE-no/
With whom	Na kanino /na-ka-NEE-no/ (possession)

Note that in Tagalog, some question words can be pluralized through reduplication.

Anu-ano ang mga bagay na ayaw mo?   *What are the things that you hate?*

a-NU-a-NO ang ma-NGA BA-gay na A-yaw mo?

Saan-saan ka na nakapunta?   *Which places have you travelled to?*

sa-AN-sa-AN ka na na-ka-pun-TA?

Politeness Markers: Po and Opo

Showing respect to people older than you is a must in the Filipino culture. Of course, this custom is reflected even in their language. One can express formality and politeness by using the words **po** /po/ and **opo** /O-po/. Adding these words to your sentences is important when speaking with people older than you are, and to an extent, to those higher than you, too.

A simple *yes* in Tagalog is **oo** /O-o/. If you want to make it sound polite, turn oo to **opo**. This is how you say "yes" to the elders.

We have previously learned that hindi is the Tagalog word for no. Adding **po** as in **hindi po** /hin-DEE? po/ is like saying "No, ma'am" or "No, sir."

12

The word **po** is usually inserted after the subject/predicate of the sentence. Look at the examples below:

Kumain na **po** ba kayo?   *Have you eaten?*
koo-MA-in na po ba ka-YO?

Maganda **po** ang sinabi niyo.   *What you said was nice.*
ma-gan-DA po ang si-NA-bi nyo.

Ito **po** ang aming bahay.   *This is our house.*
i-TO po ang A-ming BA-hay.

Mauna na **po** kayo.   *Please go ahead.*
ma-OO-na na po ka-YO.

Notice from the examples that the plural form of the second person pronoun is always used. When talking to people older than you, it is imperative to address them with the plural form of the pronoun. Using the singular form of *you* can leave an impression of disrespect even if you add the word **po**.

Don't:

Ikaw po ba ang nanay niya?   *Are you his/her mother?*
i-KAW po ba ang NA-nay nya?

Do:

Kayo po ba ang nanay niya?   *Are you his/her mother?*
ka-YO po ba ang NA-nay nya?

As a beginner, knowing where to insert the word **po** in your sentence can be confusing. If you're just starting out with Tagalog, one trick is to simply put it at the end of every sentence. It is still grammatical, albeit unnatural. But keep in mind that by not using these politeness markers, you will certainly leave a bad taste with any local. It is better to sound unnatural than to sound rude, right?

The right way:

Kumain na ako → Kumain na **po** ako.   *I already ate.*
koo-MA-in na a-KO. → koo-MA-in na po a-KO.

Ako ay Amerikano. → Ako **po** ay Amerikano.   *I am American.*
a-KO ay a-me-ri-KA-no. → a-KO po ay a-me-ri-KA-no.

13

May gagawin pa ako. → May gagawin pa **po** ako.   *I still have*
                                                      something to do.

may GA-ga-win pa a-KO. → may GA-ga-win pa po a-KO.

What beginners can say instead:

Kumain na ako **po.**
koo-MA-in na a-KO po.

Ako ay Amerikano **po.**
a-KO ay a-me-ri-KA-no po.

May gagawin pa ako **po.**
may GA-ga-win pa a-KO po.

(If you do this, locals will find you endearing for making an effort to speak Tagalog in a polite way!)

Learning Tagalog is a challenge of its own. Although you don't have to learn a new writing system, which you have to do in the Japanese or Chinese language, this language has a lot of unique features that can be confusing to non-native speakers. From its vocabulary to grammar, your linguistic skills will immediately be put to a test. Fret not though, our book will surely get you to a higher level in no time!

NOTE: Before diving into the phrases, note that Tagalog is heavily influenced by Spanish and English due to its historical ties with these countries. Translations were made on a conversational level so you can expect a lot of loan words in use.

COLORS

Gold
Ginto
gin-TO

Red
Pula
poo-LA

Orange
Kahel
ka-HEL

Yellow
Dilaw
di-LAW

Green
berde
BER-de
*Note: Luntian */loon-TEE-an/* is another term for green, usually used in literary.

Blue
Asul
a-SOOL
*Note: Bughaw */boog-HAW/* is another term for blue, usually used in literary.

Light blue
Light blue
layt bloo

Violet
Lila
LEE-la

Pink
Rosas
RO-sas

Brown
Kayumanggi
ka-yoo-mang-GI

Purple
Lila
LEE-la

White
Puti
poo-TI

Black
Itim
i-TIM

Gray
Abo
a-BO

Silver
Pilak
PEE-lak

What color is that sign?
Ano ang kulay ng sign na iyon?
a-NO ang KOO-lay nang sayn na i-YON?

Is the cartoon in color?
May kulay ba ang cartoon?
may KOO-lay ba ang kar-TOON?

Is this television show in color?
May kulay ba ang palabas?
may KOO-lay ba ang pa-la-BAS?

This is a red pen.
Ito ay pulang panulat.
i-TO ay poo-LANG pa-NOO-lat.

This piece of paper is blue.
Ang pirasong papel na ito ay asul.
ang pi-RA-song pa-PEL na i-TO ay a-SOOL.

What color is that car?
Ano ang kulay ng sasakyan na iyon?
a-NO ang KOO-lay nang sa-sak-YAN na i-YON?

What color are your clothes?
Ano ang kulay ng damit mo?
a-NO ang KOO-lay nang da-MIT mo?

Is this the right color?
Tama ba ang kulay na ito?
TA-ma ba ang KOO-lay na i-TO?

What color is the stop light?
Ano ang kulay ng stop light?
a-NO ang KOO-lay nang stap layt?

Does that color mean danger?
Ang ibig sabihin ba ng kulay na iyon ay panganib?
ang ee-big bang sa-BEE-hin nang KOO-lay na i-YON ay pa-NGA-nib?

That bird is red.
Ang ibon na iyon ay pula.
ang EE-bon na i-YON ay poo-LA.

What color is that animal?
Ano ang kulay ng hayop na iyon?
a-NO ang KOO-lay nang HA-yop na i-YON?

The sky is blue.
Ang kalangitan ay asul.
ang ka-la-ngi-TAN ay a-SOOL.

The clouds are white.
Ang mga ulap ay puti.
ang ma-NGA OO-lap ay poo-TI.

That paint is blue.
Ang pinturang iyon ay asul.
ang pin-TOO-rang i-YON ay a-SOOL.

Press the red button.
Pindutin ang pulang pindutan.
pin-doo-TIN ang poo-LANG pin-DOO-tan.

Don't press the red button.
Huwag pindutin ang pulang pindutan.
hoo-WAG pin-doo-TIN ang poo-LANG pin-DOO-tan.

Black and White
Black and white
blak en wayt

Look at all the colors.
Tingnan mo ang lahat ng kulay.
ting-NAN mo ang la-HAT nang KOO-lay.

Is that a color television?
May kulay ba ang telebisyon na iyon?
may KOO-lay ba ang te-le-bi-SHON na i-YON?

What color do you see?
Anong kulay ang nakikita mo?
a-NONG KOO-lay ang na-ki-KEE-ta mo?

Can I have the color blue?
Pwede kong makuha iyong kulay asul?
PWE-de kong ma-KOO-ha i-YONG KOO-lay a-SOOL?

What colors do you have for these frames?
Anu-anong mga kulay ang meron kayo para sa frames na ito?
a-NU-a-NONG ma-NGA KOO-lay ang ME-ron ka-YO PA-ra sa freyms na i-TO?

Don't go until the color is green.
Huwag umabante hanggang hindi pa berde ang kulay.
hoo-WAG oo-ma-BAN-te hang-GANG hin-DEE? pa BER-de ang KOO-lay.

Colored pencils
Mga lapis na pangkulay
Ma-NGA LA-pis na pang-KU-lay

Coloring pens
May kulay na panulat
May KU-lay na pa-NU-lat

The Sharpie is black.
Ang Sharpie ay itim.
ang shar-PI ay i-TIM.

Do you have this in another color?
Meron ba nito na ibang kulay?
ME-ron ba ni-TO na i-BANG KOO-lay?

Do you have this in a darker color?
Meron ba nito na mas maitim na kulay?
ME-ron ba ni-TO na mas ma-i-TIM na KOO-lay?

Do you have this in a lighter color?
Meron ba nito na mas mapusyaw na kulay?
ME-ron ba ni-TO na mas ma-poo-SHAW na KOO-lay?

Can you paint my house blue?
Pwede mo bang pinturahan ang bahay ko ng asul?
PWE-de mo bang pin-too-RA-han ang BA-hay ko nang a-SOOL?

Can you paint my car the same color?
Pwede mo bang pinturahan ang sasakyan ko ng kaparehong kulay?
PWE-de mo bang pin-too-RA-han ang sa-sak-YAN ko nang ka-pa-RE-hong KOO-lay?

The flag has three different colors.
Ang bandila ay may tatlong magkakaibang kulay.
ang ban-DEE-la ay may tat-LONG mag-ka-ka-i-BANG KOO-lay.

Is the color on the flag red?
Pula ba ang kulay na nasa bandila?
poo-LA ba ang KOO-lay na NA-sa ban-DEE-la?

NUMBERS

Zero
Zero
ZEE-ro

One
Isa
i-SA

Two
Dalawa
da-la-WA

Three
Tatlo
tat-LO

Four
Apat
A-pat

Five
Lima
li-MA

Six
Anim
A-nim

Seven
Pito
pi-TO

Eight
Walo
wa-LO

Nine
Siyam
si-YAM

Ten
Sampu
sam-PU?

Eleven
Labing-isa
la-BING-i-SA

Twelve
Labing-dalawa
la-BING-da-la-WA

Thirteen
Labing-tatlo
la-BING-tat-LO

Fourteen
Labing-apat
La-BING-A-pat

Fifteen
Labing-lima
la-BING-li-MA

Sixteen
Labing-anim
la-BING-A-nim

Seventeen
labimpito
la-BIM-pi-TO

Eighteen
Labing-walo
la-BING-wa-LO

Nineteen
Labing-siyam
la-BING-si-YAM

Twenty
Dalawampu
da-la-wam-POO?

Twenty-one
Dalawampu't isa
da-la-wam-POOT-i-SA

Twenty-two
Dalawampu't dalawa
da-la-wam-POOT-da-la-WA

Twenty-three
Dalawampu't tatlo
da-la-wam-POOT-tat-LO

Twenty-four
Dalawampu't apat
da-la-wam-POOT-A-pat

Twenty-five
Dalawampu't lima
da-la-wam-POOT-li-MA

Twenty-six
Dalawampu't anim
da-la-wam-POOT-A-nim

Twenty-seven
Dalawampu't pito
da-la-wam-POOT-pi-TO

Twenty-eight
Dalawampu't walo
da-la-wam-POOT-wa-LO

Twenty-nine
Dalawampu't siyam
da-la-wam-POOT-si-YAM

Thirty
Tatlumpu
tat-loom-POO?

Forty
Apatnapu
A-pat-na-POO?

Fifty
Limampu
li-mam-POO?

Sixty
Animnapu
A-nim-na-POO?

Seventy
Pitumpu
pi-toom-POO?

Eighty
Walumpu
wa-loom-POO?

Ninety
Siyamnapu
si-yam-na-POO?

One hundred
Isang daan
i-SANG da-AN

Two hundred
Dalawang daan
da-la-WANG da-AN

Five hundred
Limang daan
li-MANG da-AN

One thousand
Isang libo
i-SANG LEE-bo

One hundred thousand
Isandaang libo
i-SAN-da-ang LEE-bo

One million
Isang milyon
i-SANG mil-YON

One billion
Isang bilyon
i-SANG bil-YON

What does that add up to?
Ilan lahat?
i-LAN la-HAT?

What number is on this paper?
Anong numero ang nasa papel?
a-NONG NOO-me-ro ang NA-sa pa-PEL?

What number is on this sign?
Anong numero ang nasa sign?
a-NONG NOO-me-ro ang NA-sa sayn?

Are these two numbers equal?
Magkatumbas ba ang dalawang numerong ito?
mag-ka-toom-BAS ba ang da-la-WANG NOO-merong i-TO?

My social security number is one, two, three, four, five.
Ang aking social security number ay one, two, three, four five.
ang A-king SOW-shal se-KYOO-ri-ti NAM-ber ay wan, too, tree, for, fayv.

I'm going to bet five hundred pesos.
Pupusta ako ng limang daang piso.
POO-poos-ta a-KO nang li-MANG da-ANG PEE-so.

Can you count to one hundred for me?
Pwede ka bang magbilang hanggang isang daan para sa akin?
PWE-de ka bang mag-bi-LANG hang-GANG i-SANG da-AN PA-ra sa A-kin?

I took fourteen steps.
Naglakad ako ng labing-apat na hakbang.
nag-la-KAD a-KO nang la-BING A-pat na hak-BANG.

I ran two kilometers.
Tumakbo ako ng dalawang kilometro.
too-mak-BO a-KO nang da-la-WANG ki-lo-MET-ro.

The speed limit is 30 km/h.
Ang speed limit ay tatlumpung kilometro per ora.
ang spid LEE-mit ay tat loom POONG ki lo MET ro per O ra.

What are the measurements?
Anu-ano ang mga sukat?
a-NU-a-NO ang ma-NGA SOO-kat?

Can you dial this number?
Pwede mo bang i-dial ang numerong ito?
PWE-de mo bang i-DA-yal ang NOO-me-rong i-TO?

One dozen.
Isang dosena.
i-SANG do-SE-na.

A half-dozen.
Kalahating dosena.
ka-la-HA-ting do-SE-na.

How many digits are in the number?
Ilang digits ang nasa numero?
i-LANG DEE-jits ang NA-sa NOO-me-ro?

My phone number is nine, eight, five, six, two, one, eight, seven, eight, eight.

Ang aking phone number ay nine, eight, five, six, two, one, eight, seven, eight, eight.

ang A-king fown NAM-ber ay nayn, eyt, fayv, siks, too, wan, eyt, SE-ven, eyt, eyt.

The hotel's phone number is one, eight hundred, three, two, three, five, seven, five, five.

Ang phone number ng hotel ay one, eight hundred, three, two, three, five, seven, five, five.

ang fown NAM-ber nang ho-TEL ay wan, eyt HAN-dred, tree, too, tree, fayv, SE-ven, fayv, fayv.

The taxi number is six, eight, one, four, four, four, five, eight, one, nine.

Ang number ng taksi ay six, eight, one, four, four, four, five, eight, one, nine.

ang NAM-ber nang TAK-see ay siks, eyt, wan, for, for, for, fayv ,eyt, wan, nayn.

Call my hotel at two, one, four, seven, one, two, nine, five, seven, six.

Tawagan mo ang hotel ko sa two, one, four, seven, one, two, nine, five, seven, six.

ta-WA-gan mo ang ho-TEL ko sa too, wan, for, SE-ven, wan, too, nayn, fayv, SE-ven, siks.

Call the embassy at nine, eight, nine, eight, four, three, two, one, seven, one.

Tawagan mo ang embahada sa nine, eight, nine, eight, four, three, two, one, seven, one.

ta-WA-gan mo ang em-ba-HA-da sa nayn, eyt, nayn, eyt, for, tree, too, wan, SE-ven, wan.

GREETINGS

Hi!
Hi!
hay!

How's it going?
Kumusta?
koo-moos-TA?

What's new?
Anong bago?
a-NONG BA-go?

What's going on?
Anong meron?
a-NONG ME-ron?

Home, sweet home.
Sa wakas, nakauwi na rin.
sa wa-KAS, na-ka-oo-WEE na rin.

Ladies and gentlemen, thank you for coming.
Mga kaibigan, maraming salamat sa pagpunta.
ma-NGA ka-i-BEE-gan, ma-RA-ming sa-LA-mat sa PAG-poon-ta.

How is everything?
Kumusta ang lahat?
koo-moos-TA ang la-HAT?

Long time, no see.
Ang tagal nating hindi nagkita.
ang ta-GAL NA-ting hin-DEE? nag-KEE-ta?.

It's been a long time.
Matagal nang panahon.
ma-ta-GAL nang pa-na-HON..

It's been a while!
Matagal-tagal na rin!

*ma-ta-GAL ta-GAL na rin!***How is life?**
Kumusta ang buhay-buhay?
koo-moos-TA ang BOO-hay BOO-hay?

How is your day?
Kumusta ang araw mo?
koo-moos-TA ang A-raw mo?

Good morning.
Magandang umaga.
ma-gan-DANG oo-MA-ga.

It's been too long!
Sobrang tagal na!
SOB-rang ta-GAL na!

Good afternoon.
Magandang Tanghali.
ma-gan-DANG tang-HA-lee?.

How long has it been?
Gaano na ba katagal?
ga-A-no na ba ka-ta-GAL?

It's a pleasure to meet you.
Ikinagagalak kong makilala ka.
i-ki-na-GA-ga-lak kong ma-ki-LA-la ka.

It's always a pleasure to see you.
Palagi akong masaya na makita ka.
pa-LA-gi a-KONG ma-sa-YA na ma-KEE-ta ka.

Allow me to introduce Earl, my husband.
Hayaan ninyo akong ipakilala si Earl, ang aking asawa.
ha-YA-an nin-YO a-KONG i-pa-ki-LA-la si erl, ang A-king a-SA-wa.

Goodnight.
Goodnight.
goodNAYT.

May I introduce my brother and sister?
Maaari ko bang ipakilala ang aking mga kapatid?
ma-a-A-ri ko bang i-pa-ki-LA-la ang A-king ma-NGA ka-pa-TID?

Good evening.
Magandang gabi.
ma-gan-DANG ga-BI.

What's happening?
Anong nangyayari?
A-NONG nang-ya-RA-ri?

Happy holidays!
Happy holidays!
HA-pee HA-li-deys!

Are you alright?
Ayos ka lang?
A-yos ka lang?

Merry Christmas!
Maligayang Pasko!
ma-li-GA-yang pas-KO!

Where have you been hiding?
Saan ka ba nagsususuot?
sa-AN ka ba nag-soo-soo-soo-OT?

Happy New Year!
Manigong Bagong Taon!
ma-NEE-gong BA-gong ta-ON!

How is your night?
Kumusta ang iyong gabi?
koo-moos-TA ang i-YONG ga-BI?

What have you been up to all these years?
Anong pinagkakaabalahan mo nitong mga nakalipas na taon?
a-NONG pi-nag-ka-ka-a-ba-la-HAN mo ni-TONG ma-NGA na-ka-LEE-pas na ta-ON?

When was the last time we saw each other?
Kailan ba tayo huling nagkita?
kay-LAN ba TA-yo hoo-LING nag-KEE-ta?

since I've seen you.
ıg hindi nakita.
TANG hin-DEE? na-KEE-ta.

...gs been going since I saw you last?
Kumusta ka mula noong huli nating pagkikita?
koo-moos-TA ka moo-LA no-ONG hoo-LI NA-ting pag-ki-KEE-ta??

What have you been up to?
Anong pinagkakaabalahan mo?
a-NONG pi-nag-ka-ka-a-ba-la-HAN mo?

How are you doing?
Kumusta ka?
koo-moos-TA ka?

Goodbye.
Paalam.
pa-A-lam.

Are you okay?
Ayos ka lang ba?
A-yos ka lang ba?

How's life been treating you?
Kumusta naman ang buhay mo?
koo-moos-TA na-MAN ang BOO-hay mo?

I'm sorry.
Pasensya na.
pa-SEN-sha na.

Excuse me.
Pasintabi po.
pa-sin-TA-bi po.

See you later!
Magkita tayo mamaya!
Mag-KEE-ta TA-yo ma-ma-YA?!

What's your name?
Anong pangalan mo?
a-NONG pa-NGA-lan mo?

My name is Bill.
Bill ang pangalan ko.
bil ang pa-NGA-lan ko.

Pleased to meet you.
Ikinagagalak kong makilala ka.
i-ki-na-GA-ga-lak kong ma-ki-LA-la ka.

How do you do?
Kumusta?
koo-moos-TA?

How are things?
Kumusta ang mga bagay-bagay?
koo-moos-TA ang ma-NGA ba-GAY ba-GAY?

You're welcome.
Walang anuman.
wa-LANG a-noo-MAN.

It's good to see you.
Masaya akong makita ka.
ma-sa-YA a-KONG ma-KEE-ta? ka.

How have you been?
Kumusta ka na?
koo-moos-TA ka na?

Nice to meet you.
Ikinagagalak kong makilala ka.
i-ki-na-GA-ga-lak kong ma-ki-LA-la ka.

Fine, thanks. And you?
Ayos naman ako, salamat. Ikaw?
A-yos na-MAN a-KO, sa-LA-mat. i-KAW?

Good day to you.
Magandang araw sa iyo.
ma-gan-DANG A-raw sa i-YO.

Come in, the door is open.
Pasok, bukas ang pinto.
PA-sok, boo-KAS ang pin-TO?.

My wife's name is Sheila.
Ang pangalan ng asawa ko ay Sheila.
ang pa-NGA-lan nang a-SA-wa ko ay SHEE-la.

I've been looking for you!
Hinahanap kita!
hi-na-HA-nap ki-TA!

Allow me to introduce myself. My name is Earl.
Hayaan ninyo akong ipakilala ang aking sarili. Ang pangalan ko ay Earl.
ha-YA-an nin-YO a-KONG i-pa-ki-LA-la ang A-king sa-REE-li. ang pa-NGA-lan ko ay erl.

I hope you have enjoyed your weekend!
Sana ay naging masaya ang iyong weekend!
SA-na ay na-GING ma-sa-YA ang i-YONG WEEK-end!

It's great to hear from you.
Masaya akong makausap ka.
ma-sa-YA a-KONG ma-ka-OO-sap ka.

I hope you are having a great day.
Sana ay maganda ang iyong araw.
SA-na ay ma-gan-DA ang i-YONG A-raw.

Thank you for your help.
Salamat sa tulong mo.
sa-LA-mat sa TOO-long mo.

DATE AND TIME

January
Enero
e-NE-ro

May
Mayo
MA-yo

September
Setyembre
set-YEM-bre

February
Pebrero
peb-RE-ro

June
Hunyo
HOON-yo

October
Oktubre
ok-TOO-bre

March
Marso
MAR-so

July
Hulyo
HOOL-yo

November
Nobyembre
nob-YEM-bre

April
Abril
ab-RIL

August
Agosto
a-GOS-to

December
Disyembre
dis-YEM-bre

What month is it?
Anong buwan na?
a-NONG boo-WAN na?

At what time?
Anong oras?
a-NONG O-ras?

Do you observe Daylight saving time?
Meron ba kayong Daylight Saving Time?
ME-ron ba ka-YONG DEY-layt SEY-ving taym?

The current month is January.
Ang buwan ngayon ay Enero.
Ang boo-WAN nga-YON ay e-NE-ro.

What day of the week is it?
Anong araw na ba ng linggo?
a-NONG A-raw na ba nang LING-go?

Is today Tuesday?
Martes ba ngayon?
mar-TES ba nga-YON?

Today is Monday.
Lunes ngayon.
LOO-nes nga-YON.

Is this the month of January?
Buwan ba ngayon ng Enero?
boo-WAN ba nga-YON nang e-NE-ro?

It is five minutes past one.
Ngayon ay limang minuto makalipas ang ala-una.
nga-YON ay li-MANG mi-NOO-to ma-ka-LEE-pas ang a-la-OO-na.

It is ten minutes past one.
Ngayon ay sampung minuto makalipas ang ala-una.
nga-YON ay sam-POONG mi-NOO-to ma-ka-LEE-pas ang a-la-OO-na.

It is ten till one.
Ngayon ay sampung minuto bago mag-ala-una.
nga-YON ay sam-POONG mi-NOO-to ba-GO mag-a-la-OO-na.

It is half past one.
Ngayon ay tatlumpung minuto makalipas ang ala-una.
nga-YON ay tat-lum-POONG mi-NOO-to ma-ka-LEE-pas ang a-la-OO-na.

What time is it?
Anong oras na?
a-NONG O-ras na?

When does the sun go down?
Anong oras lumulubog ang araw?
a-NONG O-ras loo-MOO-loo-bog ang A-raw?

It's the third of November.
Ngayon ay a-tres ng Nobyembre.
nga-YON ay a-TRES nang nob-YEM-bre.

When does it get dark?
Anong oras dumidilim?
a-NONG O-ras doo-MEE-di-lim?

What is today's date?
Anong petsa ngayon?
a-NONG PE-cha nga-YON?

What time does the shoe store open?
Anong oras nagbubukas ang bilihan ng sapatos?
a-NONG O-ras nag-BOO-boo-kas ang bi-LEE-han nang sa-PA-tos?

Is today a holiday?
Holiday ba ngayon?
HA-li-dey ba nga-YON?

When is the next holiday?
Kailan ang susunod na holiday?
kay-LAN ang SOO-soo-nod na HA-li-dey?

I will meet you at noon.
Magkita tayo sa tanghali.
mag-KEE-ta TA-yo sa tang-HA-lee?.

I will meet you later tonight.
Magkita tayo mamayang gabi.
mag-KEE-ta TA-yo MA-ma-yang ga-BEE.

My appointment is in ten minutes.
Sampung minuto na lamang bago ang aking lakad.
sam-POONG mi-NOO-to na LA-mang BA-go ang A-king LA-kad.

Can we meet in half an hour?
Pwede ba tayong magkita sa loob ng kalahating oras?
PWE-de ba TA-yong mag-KEE-ta sa lo-OB nang ka-la-HA-ting O-ras?

I will see you in March.
Kita tayo sa Marso.
KEE-ta TA-yo sa MAR-so.

The meeting is scheduled for the twelfth.
Ang meeting ay naka-iskedyul sa a-dose.
ang POO-long ay na-ka-i-SKE-jool sa a-DO-se.

Can we set up the meeting for noon tomorrow?
Pwede ba tayong magpulong bukas ng tanghali?
PWE-de ba TA-yong mag-POO-long BOO-kas nang tang-HA-lee??

What time will the cab arrive?
Anong oras darating ang taksi?
a-NONG O-ras DA-ra-ting ang TAK-si?

Can you be here by midnight?
Pwede ka bang dumating dito ng hatinggabi?
PWE-de ka bang doo-ma-TING DEE-to nang HA-ting-ga-BEE?

The grand opening is scheduled for three o'clock.
Ang grand opening ay naka-iskedyul sa alas-tres.
ang grand OW-pe-ning ay na-ka-i-SKE-jool sa a-las-TRES.

When is your birthday?
Kailan ang iyong kaarawan?
kay-LAN ang i-YONG ka-a-ra-WAN?

My birthday is on the second of June.
Ang kaarawan ko ay sa a-dos ng Hunyo.
ang ka-a-ra-WAN ko ay sa a-DOS nang HOO-nyo.

This place opens at ten a.m.
Alas-dyis ng umaga nagbubukas ang lugar na ito.
a-las-JIS nang u-MA-ga nag-BOO-boo-kas ang loo-GAR na i-TO.

From what time?
Mula anong oras?
moo-LA? a-NONG O-ras?

Sorry, it is already too late at night.
Pasensya na, masyado nang gabi.
pa-SEN-sha na, ma-SHA-do nang ga-BI.

COMMON QUESTIONS

Do you speak English?
Sanay ka bang mag-Ingles?
sa-NAY ka bang mag-ing-GLES?

What is your hobby?
Anong madalas mong pinagkakaabalahan?
a-NONG ma-da-LAS mong pi-nag-ka-ka-a-ba-la-HAN?

What language do you speak?
Anong wika ang sinasalita mo?
a-NONG WEE-ka ang si-NA-sa-lee-ta mo?

Was it hard?
Mahirap ba?
ma-HEE-rap ba?

Can you help me?
Pwede mo ba akong tulungan?
PWE-de mo ba a-KONG too-LOO-ngan?

Where can I find help?
Saan ako makakakuha ng tulong?
sa-AN a-KO ma-ka-ka-KOO-ha nang TOO-long?

Where are we right now?
Nasaan tayo ngayon?
NA-sa-an TA-yo nga-YON?

Where were you last night?
Nasaan ka kagabi ?
NA-sa-*an ka ka-ga-BEE?*

What type of a tree is that?
Anong uri ng puno iyon?
a-NONG OO-ri nang POO-no? i-YON?

Do you plan on coming back here again?
May balak ka bang bumalik dito?
may BA-lak ka bang boo-ma-LIK DEE-to?

What kind of an animal is that?
Anong uri ng hayop iyon?
a-NONG OO-ri nang HA-yop i-YON?

Is that animal dangerous?
Mapanganib ba ang hayop na iyon?
ma-pa-NGA-nib ba ang HA-yop na i-YON?

Is it available?
Meron pa ba?
ME-ron pa ba?

Can we come see it?
Pwede ba naming makita?
PWE-de ba NA-ming ma-KEE-ta??

Where do you live?
Saan ka nakatira?
sa-AN ka na-ka-ti-RA?

Earl, what city are you from?
Earl, saang syudad ka galing?
erl, sa-ANG shu-DAD ka GA-ling?

Is it a very large city?
Napakalaking syudad ba iyon?
na-pa-ka-la-KING shu-DAD ba i-YON?

Is there another available bathroom?
Meron pa bang ibang banyo?
ME-ron pa bang i-BANG BAN-yo?

How was your trip?
Kumusta ang lakad mo?
koo-moos-TA ang LA-kad mo?

Is the bathroom free?
May tao ba sa banyo?
may TA-o ba sa BAN-yo?

How are you feeling?
Kumusta ang pakiramdam mo?
koo-moos-TA ang pa-ki-ram-DAM mo?

Do you have any recommendations?
May mga maimumungkahi ka ba?
may ma-NGA ma-i-moo-moong-KA-hi ka ba?

When did you first come to China?
Kailan ka unang dumating sa Tsina?
kay-LAN ka OO-nang doo-ma-TING sa CHEE-na?

Were you born here?
Dito ka ba ipinanganak?
DEE-to ka ba EE-pi-na-nga-nak?

Come join me for the rest of the vacation.
Samahan mo ako sa mga natitira pang araw ng bakasyon.
sa-MA-han mo a-KO sa ma-NGA na-TEE-ti-ra pang A-raw nang ba-KA-shon.

What time do the shops open in this area?
Anong oras nagbubukas ang mga tindahan sa lugar na ito?
a-NONG O-ras nag-BOO-boo-kas ang ma-NGA tin-DA-han sa loo-GAR na i-TO?

Is there tax-free shopping available?
Meron bang tax-free shopping?
ME-ron bang TAKS-free SHA-ping?

Where can I change currency?
Saan ako pwede magpapalit ng pera?
sa-AN a-KO PWE-deng mag-pa-pa-LIT nang PE-ra?

Is it legal to drink in this area?
Ligal bang uminom ng alak sa lugar na ito?
li-GAL bang oo-mi-NOM nang A-lak sa loo-GAR na i-TO?

Can I smoke in this area?
Pwede ba akong manigarilyo sa lugar na ito?
PWE-de ba a-KONG ma-ni-ga-RIL-yo sa loo-GAR na i-TO?

What about this?
Paano ito?
pa-A-no i-TO?

Can I park here?
Pwede ba akong pumarada dito?
PWE-de ba a-KONG poo-ma-RA-da DEE-to?

Have you gotten used to living in Spain by now?
Nakasanayan mo na ba ngayon ang pamumuhay sa Espanya?
na-ka-sa-NA-yan mo na ba nga-YON ang pa-moo-MOO-hay sa es-PAN-ya?

How much does it cost to park here?
Magkano ang bayad sa pagparada dito?
mag-KA-no ang BA-yad sa pag-pa-RA-da DEE-to?

How long can I park here?
Gaano katagal ako pwedeng pumarada dito?
ga-A-no ka-ta-GAL a-KO PWE-deng poo-ma-RA-da DEE-to?

Where can I get some directions?
Saan ako pwede makakuha ng direksyon?
sa-AN a-KO PWE-de ma-ka-KOO-ha nang di-rek-SHON?

Can you point me in the direction of the bridge?
Pwede mo bang ituro sa akin ang direksyon papunta sa tulay?
PWE-de mo bang i-TOO-ro? sa A-kin ang di-rek-SHON pa-poon-TA sa too-LAY?

What can I do here for fun?
Ano ang pwede kong gawin dito para maglibang?
a-NO ang PWE-de kong ga-WIN DEE-to PA-ra mag-li-BANG?

Is this a family-friendly place?
Pampamilya ba ang lugar na ito?
pam-pa-MEEL-ya ba ang loo-GAR na i-TO?

Are kids allowed here?
Pwede ba ang mga bata dito?
PWE-de ba ang ma-NGA BA-ta? DEE-to?

Where can I find the park?
Saan ko makikita ang parke?
sa-AN ko ma-ki-KEE-ta? ang par-KE?

How do I get back to my hotel?
Paano ako makakabalik sa hotel?
pa-A-no a-KO ma-KA-ka-ba-lik sa ho-TEL?

Where can I get some medicine?
Saan ako pwede makakuha ng gamot?
sa-AN a-KO PWE-de ma-ka-KOO-ha nang ga-MOT?

Is my passport safe here?
Ligtas ba ang pasaporte ko dito?
lig-TAS ba ang pa-sa-POR-te ko DEE-to?

Do you have a safe for my passport and belongings?
Meron ba akong pwedeng pagtaguan ng pasaporte at mga gamit ko?
ME-ron ba a-KONG PWE-deng pag-ta-GOO-an nang pa-sa-POR-te at ma-NGA GA-mit ko?

Is it safe to be here past midnight?
Ligtas ba dito kahit lagpas-hatinggabi?
lig-TAS ba DEE-to KA-hit lag-PAS HA-ting-ga-BEE?

When is the best time to visit this shop?
Anong oras pinaka-magandang bumisita sa tindahan?
a-NONG O-ras pi-na-ka-ma-gan-DANG boo-mi-SEE-ta sa tin-DA-han?

What is the best hotel in the area?
Anong pinaka-magandang hotel sa lugar na ito?
a-NONG pi-na-ka-ma-gan-DANG ho-TEL sa loo-GAR na i-TO?

What attractions are close to my hotel?
Anu-anong mga atraksyon ang malapit sa hotel ko?
a-NU a-NONG ma-NGA a-trak-SHON ang ma-LA-pit sa ho-TEL ko?

Do you have any advice for tourists?
Meron ka bang payo para sa mga turista?
ME-ron ka bang PA-yo PA-ra sa ma-NGA too-RIS-ta?

Do you have a list of the top things to do in the area?
Meron ka bang listahan ng mga pinaka-magagandang gawin sa lugar na ito?
ME-ron ka bang lis-TA-han nang ma-NGA pi-na-ka-ma-ga-gan-DANG ga-WIN sa loo-GAR na i-TO?

What do I need to pack to go there?
Ano ang kailangan kong iimpake pagpunta doon?
a-NO ang kay-LA-ngan kong i-im-PA-ke pag-poon-TA do-ON?

Can you recommend me some good food to eat?
May maimumungkahi ka bang mga masasarap na pagkain?
may ma-i-moo-moong-KA-hi ka bang ma-NGA ma-sa-sa-RAP na pag-KA-in?

What should I do with my time here?
Anong pwede kong gawin sa oras ko dito?
a-NONG PWE-de kong ga-WIN sa O-ras ko DEE-to?

What is the cheapest way to get from my hotel to the shop?
Anong pinakamurang paraan para makarating sa tindhahan mula sa hotel ko?
a-NONG pi-na-ka-MOO-rang pa-ra-AN PA-ra ma-ka-ra-TING sa tin-DA-han moo-LA sa ho-TEL ko?

What do you think of my itinerary?
Anong masasabi mo sa itineraryo ko?
a-NONG ma-sa-SA-bi mo sa i-tee-ne-RAR-yo ko?

Does my phone work in this country?
Gumagana ba ang telepono ko sa bansang ito?
goo-ma-GA-na ba ang te-LE-po-no ko sa ban-SANG i-TO?

What is the best route to get to my hotel?
Anong pinaka-magandang ruta papunta sa hotel ko?
a-NONG pi-na-ka-ma-gan-DANG ROO-ta pa-poon-TA sa ho-TEL ko?

Will the weather be okay for outside activities?
Maayos ba ang panahon para sa mga gawaing-panlabas?
ma-A-yos ba ang pa-na-HON PA-ra sa ma-NGA ga-WA-ing pan-la-BAS?

Was that rude?
Bastos ba iyon?
bas-TOS ba i-YON?

Where should I stay away from?
Saan-saan ang mga dapat kong iwasan?
SA-an SA-an ang ma-NGA DA-pat kong i-WA-san?

What is the best dive site in the area?
Ano ang pinakamagandang dive site sa lugar na ito?
a-NO ang pi-na-ka-ma-gan-DANG dayv sayt sa loo-GAR na i-TO?

What is the best beach in the area?
Ano ang pinakamagandang beach sa lugar na ito?
a-NO ang pi-na-ka-ma-gan-DANG beech sa loo-GAR na i-TO?

Do I need reservations?
Kailangan ko ba ng reservations?
kay-LA-ngan ko ba nang re-ser-VEY-shons?

I need directions to the best local food.
Kailangan ko ng makakapagturo sa akin ng pinakamasasarap na pagkaing
lokal.
*kay-LA-ngan ko nang ma-ka-ka-pag-TOO-ro sa A-kin nang pi-na-ka-ma-sa-
sa-RAP na pag-KA-ing lo-KAL.*

What's your name?
Anong pangalan mo?
a-NONG pa-NGA-lan mo?

Where is the nearest place to eat?
Saan ang pinakamalapit na kainan?
sa-AN ang pi-na-ka-ma-LA-pit na ka-EE-nan?

Where is the nearest hotel?
Saan ang pinakamalapit na hotel?
sa-AN ang pi-na-ka-ma-LA-pit na ho-TEL?

Where is transportation?
Saan ang sakayan?
sa-AN ang sa-KA-yan?

How much is this?
Magkano ito?
mag-KA-no i-TO?

Do you pay tax here?
Nagbabayad ka ba ng buwis dito?
nag-ba-BA-yad ka ba nang boo-WIS DEE-to?

What types of payment are accepted?
Anu-anong uri ng pambayad ang tinatanggap?
a-NU a-NONG OO-ri nang pam-BA-yad ang ti-NA-tang-gap?

Can you help me read this?
Pwede mo ba akong tulungan basahin ito?
PWE-de mo ba a-KONG too-LOO-ngan ba-SA-hin i-TO?

What languages do you speak?
Anu-anong wika ang sinasalita mo?
a-NU a-NONG WEE-ka ang si-NA-sa-lee-ta mo?

Is it difficult to speak English?
Mahirap bang magsalita ng Ingles?
ma-HEE-rap bang mag-sa-lee-TA nang ing-GLES?

What does that mean?
Anong ibig sabihin nun?
a-NONG EE-big sa-BEE-hin noon?

What is your name?
Anong pangalan mo?
a-NONG pa-NGA-lan mo?

Do you have a lighter?
May lighter ka?
may LAY-ter ka?

Do you have a match?
May posporo ka ba?
may POS-po-ro ka ba?

Is this a souvenir from your country?
Pasalubong ba ito mula sa iyong bansa?
pa-sa-LOO-bong ba i-TO moo-LA sa i-YONG ban-SA?

What is this?
Ano ito?
a-NO i-TO?

Can I ask you a question?
Pwede ba akong magtanong sa iyo?
PWE-de ba a-KONG mag-ta-NONG sa i-YO?

Where is the safest place to store my travel information?
Saan ang pinakaligtas na lugar para itago ang aking travel information?
sa-AN ang pi-na-ka-lig-TAS na loo-GAR PA-ra i-TA-go ang A-king TRA-vel in-for-MEY-shon?

Will you come along with me?
Sasama ka ba sa akin?
sa-SA-ma ka ba sa A-kin?

Is this your first time here?
Unang beses mo ba dito?
OO-nang BE-ses mo ba DEE-to?

What is your opinion on the matter?
Anong opinyon mo sa bagay na ito?
a-NONG o-pin-YON mo sa BA-gay na i-TO?

Will this spoil if I leave it out too long?
Mapapanis ba ito kung hahayaan ko sa labas nang matagal?
ma-pa-PA-nis ba i-TO koong ha-ha-YA-an ko sa la-BAS nang ma-ta-GAL?

What side of the sidewalk do I walk on?
Saang panig ng sidewalk ako pwede maglakad?
sa-ANG PA-nig nang SAYD-wok a-KO PWE-de mag-la-KAD?

What do those lights mean?
Anong ibig sabihin ng mga ilaw na iyon?
a-NONG EE-big sa-BEE-hin nang ma-NGA EE-law na i-YON?

Can I walk up these stairs?
Pwede ba akong umakyat ng hagdan?
PWE-de ba a-KONG oo-mak-YAT nang hag-DAN?

Is that illegal here?
Iligal ba iyon dito?
i-li-GAL ba i-YON DEE-to?

How much trouble would I get in if I did that?
Gaano kalaking problema ang haharapin ko kapag ginawa ko iyon?
ga-A-no ka-la-KING prob-LE-ma ang ha-ha-ra-PIN ko ka-PAG gi-na-WA ko i-YON?

Why don't we all go together?
Bakit hindi na lang tayo sabay-sabay pumunta?
BA-kit hin-DEE? na lang TA-yo sa-BAY sa-BAY poo-moon-TA?

May I throw away waste here?
Pwede ba akong magtapon ng basura dito?
PWE-de ba a-KONG mag-TA-pon nang ba-SOO-ra DEE-to?

Where is the recycle bin?
Nasaan ang recycle bin?
na-sa-AN ang re-SAY-kel bin?

WHEN SOMEONE IS BEING RUDE

Please, close your mouth while chewing that.
Pakisara ang bibig mo habang nginunguya iyan.
pa-ki-sa-RA ang bi-BEEG mo HA-bang ngi-NOO-ngoo-ya i-YAN.

Don't ask me again, please.
Huwag mo na ulit akong tanungin, pakiusap.
hoo-WAG mo na oo-LIT a-KONG ta-noo-NGIN, pa-ki-OO-sap.

I'm not paying for that.
Hindi ko babayaran iyan.
hin-DEE? ko ba-ba-YA-ran i-YAN.

Leave me alone or I am calling the authorities.
Tigilan mo ako o tatawag ako ng pulis.
ti-GI-lan mo a-KO o ta-TA-wag a-KO nang poo-LIS.

Hurry up!
Dali!
da-LEE!

Stop bothering me!
Huwag mo akong guluhin!
hoo-WAG mo a-KONG goo-loo-HIN!

Don't bother me, please!
Huwag mo akong abalahin, pakiusap!
hoo-WAG mo a-KONG a-ba-LA-hin, pa-ki-OO-sap!

Are you content?
Kuntento ka ba?
koon-TEN-to ka ba?

I'm walking away, please don't follow me.
Aalis na ako, pakiusap huwag mo na akong sundan.
a-a-LIS na a-KO, pa-ki-OO-sap hoo-WAG mo na a-KONG soon-DAN.

You stole my shoes and I would like them back.
Ninakaw mo ang sapatos ko. Ibalik mo ito.
ni-NA-kaw mo ang sa-PA-tos ko. i-ba-LIK mo i-TO.

You have the wrong person.
Hindi ako ang hinahanap mo.
hin-DEE? a-KO ang hi-na-HA-nap mo.

I think you are incorrect.
Sa tingin ko mali ka.
sa ti-NGIN ko ma-LI? ka.

Stop waking me up!
Huwag mo akong gisingin!
hoo-WAG mo a-KONG gi-SEE-ngin!

You're talking too much.
Masyado kang madaldal.
ma-SHA-do kang ma-dal-DAL.

That hurts!
Masakit 'yun!
ma-sa-KIT yoon!

I need you to apologize.
Kailangang humingi ka ng tawad.
kay-LA-ngang hoo-mi-NGI ka nang TA-wad.

Stay away from my children!
Layuan mo ang mga anak ko!
la-yoo-AN mo ang ma-NGA a-NAK ko!

Don't touch me.
Huwag mo akong hawakan.
hoo-WAG mo a-KONG ha-WA-kan.

I would appreciate it if you didn't take my seat.
Huwag mo naman sanang kunin ang upuan ko.
hoo-WAG mo na-MAN SA-nang KOO-nin ang oo-poo-AN ko.

You didn't tell me that.
Hindi mo sinabi sa akin iyan.
hin-DEE? mo si-NA-bee sa A-kin i-YAN.

You are price gouging me.
Minamahalan mo naman.
mi-NA-ma-ha-lan mo na-MAN.

Please be quiet, I am trying to listen.
Pakiusap huwag kayong maingay, nakikinig ako.
pa-ki-OO-sap hoo-WAG ka-YONG ma-EE-ngay, na-KEE-ki-nig a-KO.

Don't interrupt me while I am talking.
Huwag mo akong sabayan habang nagsasalita ako.
hoo-WAG mo a-KONG sa-ba-YAN HA-bang nag-SA-sa-li-ta a-KO.

Don't sit on my car and stay away from it.
Huwag kang maupo sa sasakyan ko. Lumayo ka.
hoo-WAG kang ma-oo-PO sa sa-sak-YAN ko. loo-ma-YO ka.

Get out of my car.
Bumaba ka sa sasakyan ko.
boo-ma-BA ka sa sa-sak-YAN ko.

Get away from me and leave me alone!
Layuan at iwan mo ako!
la-yoo-AN at EE-wan mo a-KO!

You're being rude.
Binabastos mo ako.
bi-NA-bas-tos mo a-KO.

Please don't curse around my children.
Pakiusap huwag kang magmura sa harap ng mga anak ko.
pa-ki-OO-sap hoo-WAG kang mag-moo-RA sa ha-RAP nang ma-NGA a-NAK ko.

Let go of me!
Bitawan mo ako!
bi-TA-wan mo a-KO!

I'm not going to tell you again.
Hindi ko na sasabihin ulit sa iyo.
hin-DEE? ko na sa-sa-BEE-hin oo-LIT sa i-YO.

Don't yell at me.
Huwag mo akong sigawan.
hoo-WAG mo a-KONG si-ga-WAN.

Please lower your voice.
Pakihinaan ang boses mo.
pa-ki-hi-NA-an ang BO-ses mo.

What is the problem?
Anong problema?
a-NONG prob-LE-ma?

I would appreciate if you didn't take pictures of me.
Huwag mo sana akong kunan ng litrato.
hoo-WAG mo SA-na a-KONG koo-HA-nan nang li-TRA-to.

I am very disappointed in the way you are behaving.
Hindi ako natutuwa sa inaasal mo.
hin-DEE? a-KO na-TOO-too-wa sa i-na-A-sal mo.

Watch where you are walking!
Tingnan mo ang nilalakaran mo!
ting-NAN mo ang ni-la-la-KA-ran mo!

He just bumped into me!
Nabunggo niya ako!
na-boong-GO nya a-KO!

MEDICAL

I would like to set up an appointment with my doctor.
Gusto kong magpa-skedyul sa aking doktor.
goos-TO kong mag-pa-SKE-jool sa A-king dok-TOR.

I am a new patient and need to fill out forms.
Ako ay bagong pasyente at kailangan kong sagutan ang mga form na ito.
a-KO ay BA-gong pa-SHEN-te at kay-LA-ngan kong sa-goo-TAN ang ma-NGA form na i-TO.

I am allergic to certain medications.
Allergic ako sa ilang mga gamot.
a-LER-jik a-KO sa i-LANG ma-NGA ga-MOT.

That is where it hurts.
Dito ang masakit.
DEE-to ang ma-sa-KIT.

I have had the flu for three weeks.
Tatlong linggo na akong may trangkaso.
tat-LONG ling-GO na a-KONG may trang-KA-so.

It hurts when I walk on that foot.
Masakit kapag nilalakad ko ang paang ito.
ma-sa-KIT ka-PAG ni-la-LA-kad ko ang pa-ANG i-TO.

When is my next appointment?
Kailan ang susunod kong appointment?
kay-LAN ang SOO-soo-nod kong a-POYNT-ment?

Does my insurance cover this?
Sakop ba ng insurance ko ito?
SA-kop ba nang een-SHOO-rans ko i-TO?

Do you want to take a look at my throat?
Gusto mo bang silipin ang lalamunan ko?
goos-TO mo bang si-LEE-pin ang la-la-MOO-nan ko?

Do I need to fast before going there?
Kailangan ko bang mag-fasting bago pumunta doon?
kay-LA-ngan ko bang mag-FAS-ting BA-go poo-moon-TA do-ON?

Is there a generic version of this medicine?
May generic ba ang gamot na ito?
may je-NE-rik ba ang ga-MOT na i-TO?

I need to get back on dialysis.
Kailangan kong makabalik sa pagda-dialysis.
kay-LA-ngan kong ma-ka-ba-LIK sa pag-da-da-YA-li-sis.

My blood type is A.
A ang blood type ko.
ey ang blad tayp ko.

I will be more than happy to donate blood.
Masaya akong makapagbigay ng dugo.
ma-sa-YA a-KONG ma-ka-pag-bi-GAY nang doo-GO.

I have been feeling dizzy.
Nahihilo ako.
na-hi-HEE-lo a-KO.

The condition is getting worse.
Lumalala ang kondisyon.
loo-MA-la-la? ang kon-di-SHON.

The medicine has made the condition a little better, but it is still there.
Bumuti nang kaunti ang kondisyon dahil sa gamot, pero ang sakit ay nandyan pa din.
bu-MU-ti nang ka-oon-TI? ang kon-di-SHON DA-hil sa ga-MOT, PE-ro ang sa-KIT ay nan-JAN pa din.

Is my initial health examination tomorrow?
Bukas na ba ang initial check-up ko?
BOO-kas na ba ang i-NEE-shal CHEK-ap ko?

I would like to switch doctors.
Gusto kong magpalit ng doktor.
goos-TO kong mag-pa-LIT nang dok-TOR.

Can you check my blood pressure?
Pwede mo bang tingnan ang aking blood pressure?
PWE-de mo bang ting-NAN ang A-king blad PRE-shur?

I have a fever that won't go away.
Meron akong lagnat na hindi mawala-wala.
ME-ron a-KONG lag-NAT na hin-DEE? ma-wa-LA-wa-la.

I think my arm is broken.
Sa tingin ko ay nabali ang aking braso.
sa ti-NGIN ko ay na-BA-li ang A-king BRA-so.

I think I have a concussion.
Sa tingin ko ay naalog talaga ang ulo ko.
sa ti-NGIN ko ay na-a-LOG ta-la-GA ang OO-lo ko.

My eyes refuse to focus.
Hindi makapagpokus ang mga mata ko.
hin-DEE? ma-ka-pag-PO-koos ang ma-NGA ma-TA ko.

I have double vision.
Duling ako.
doo-LING a-KO.

Is surgery the only way to fix this?
Operasyon lamang ba ang tanging sagot dito?
o-pe-ra-SHON LA-mang ba ang TA-nging sa-GOT DEE-to?

Who are you referring me to?
Kanino mo ako ire-refer?
ka-NEE-no mo a-KO i-RE-re-fer?

Where is the waiting room?
Nasaan ang waiting room?
NA-sa-an ang WEY-ting room?

Can I bring someone with me into the office?
Pwede ba akong magsama sa office?
PWE-de ba a-KONG mag-SA-ma sa O-fis?

I need help filling out these forms.
Kailangan ko ng tulong sa pagsagot ng mga form na ito.
kay-LA-ngan ko nang TOO-long sa PAG-sa-got nang ma-NGA form na i-TO.

Do you take Cobra as an insurance provider?
Tinatanggap niyo ba ang Cobra bilang insurance provider?
ti-NA-tang-gap nyo ba ang KOBra BEE-lang in-SHOO-rans pro-VAY-der?

What is my copayment?
Ano ang copayment ko?
a-NO ang ko-PAY-ment ko?

What forms of payment do you accept?
Anu-anong mga uri ng pambayad ang tinatanggap niyo?
a-NU a-NONG OO-ri nang pam-BA-yad ang ti-NA-tang-gap nyo?

Do you have a payment plan, or is it all due now?
Meron ba kayong payment plan o kailangan nang bayaran lahat ngayon?
ME-ron ba ka-YONG PEY-ment plan o kay-LA-ngan nang ba-YA-ran la-HAT nga-YON?

My old doctor prescribed something different.
Iba ang nireseta ng dati kong doktor.
i-BA ang ni-re-SE-ta nang DA-ti kong dok-TOR.

Will you take a look at my leg?
Pwede mo bang tingnan ang aking binti?
PWE-de mo bang ting-NAN ang A-king bin-TEE?

I need to be referred to a gynecologist.
Kailangan kong ma-refer sa isang gynecologist.
kay-LA-ngan kong ma-re-FER sa i-SANG gay-ne-KO-lo-jist.

I am unhappy with the medicine you prescribed me.
Hindi ako natutuwa sa gamot na nireseta mo.
hin-DEE? a-KO na-TOO-too-WA sa ga-MOT na ni-re-SE-ta mo.

Do you see patients on the weekend?
Tumatanggap ka ba ng pasyente kapag weekend?
too-MA-tang-gap ka ba nang pa-SHEN-te ka-PAG WEEK-end?

I need a good therapist.
Kailangan ko ng magaling na therapist.
kay-LA-ngan ko nang ma-ga-LING na TE-ra-pist.

How long will it take me to rehab this injury?
Gaano katagal bago gumaling ang injury ko na ito?
ga-A-no ka-ta-GAL BA-go goo-ma-LING ang EEN-joo-ri ko na i-TO?

I have not gone to the bathroom in over a week.
Mahigit isang linggo na akong hindi nagbabanyo .
ma-hi-GIT i-SANG ling-GO na a-KONG hin-DEE? nag-ba-BAN-yo.

I am constipated and feel bloated.
Constipated ako at para bang bunsol.
kons-ti-PEY-ted a-KO at PA-ra bang boon-SOL.

It hurts when I go to the bathroom.
Masakit kapag nagbabanyo ako.
ma-sa-KIT ka-PAG nag-ba-BAN-yo a-KO.

I have not slept well at all since getting here.
Hindi pa ako nakakatulog nang maayos magmula nang dumating dito.
hin-DEE? pa a-KO na-ka-ka-TOO-log nang ma-A-yos mag-moo-LA nang doo-ma-TING DEE-to.

Do you have any pain killers?
Meron ka bang pain killers?
Me-ron ka bang peyn KEE-lers?

I am allergic to that medicine.
Allergic ako sa gamot na iyan.
a-LER-jik a-KO sa ga-MOT na i-YAN.

How long will I be under observation?
Gaano katagal akong oobserbahan?
ga-A-no ka-ta-GAL a-KONG o-ob-SER-ba-han?

I have a toothache.
Masakit ang ngipin ko.
ma-sa-KIT ang NGEE-pin ko.

Do I need to see a dentist?
Kailangan ko bang magpunta sa dentista?
kay-LA-ngan ko bang mag-poon-TA sa den-TEES-ta?

Does my insurance cover dental?
Sakop ba ng insurance ko ang ngipin?
SA-kop ba nang in-SHOO-rans ko ang NGEE-pin?

My diarrhea won't go away.
Hindi nawawala ang aking pagtatae.
hin-DEE? na-WA-wa-la ang A-king PAG-ta-ta-e.

Can I have a copy of the receipt for my insurance?
Pwede ba akong kumuha ng kopya ng resibo para sa aking insurance?
PWE-de ba a-KONG koo-MOO-ha nang KO-pya nang re-SEE-bo PA-ra sa A-king in-SHOO-rans?

I need a pregnancy test.
Kailangan ko ng pregnancy test.
kay-LA-ngan ko nang PREG-nan-see test.

I think I may be pregnant.
Sa tingin ko ay buntis ako.
sa ti-NGIN ko ay boon-TIS a-KO.

Can we please see a pediatrician?
Meron ba kaming pwedeng makita na pediatrician?
ME-ron ba ka-MING PWE-deng ma-KEE-ta na pe-ja-TREE-shan?

I have had troubles breathing.
Nahihirapan akong huminga.
na-hi-hi-RA-pan a-KONG hoo-mi-NGA.

My sinuses are acting up.
May problema sa sinus ko.
may prob-LE-ma sa SAY-noos ko.

Will I still be able to breastfeed?
Pwede pa rin ba ako magpasuso?
PWE-de pa rin ba a-KO mag-pa-SOO-so?

How long do I have to stay in bed?
Hanggang kailan ako mananatili sa kama?
hang-GANG kay-LAN a-KO ma-na-na-TEE-li sa KA-ma?

How long do I have to stay under hospital care?
Hanggang kailan ako mananatili sa ospital?
hang-GANG kay-LAN a-KO ma-na-na-TEE-li sa os-pi-TAL?

Is it contagious?
Nakakahawa ba ito?
na-ka-ka-HA-wa ba i-TO?

How far along am I?
Gaano na katagal ito sa akin?
ga-A-no na ka-ta-GAL i-TO sa A-kin?

What did the x-ray say?
Anong sabi ng x-ray?
a-NONG SA-bi nang EKS-rey?

Can I walk without a cane?
Pwede ba akong maglakad nang walang saklay?
PWE-de ba a-KONG mag-la-KAD nang wa-LANG sak-LAY?

Is the wheelchair necessary?
Kailangan ba talaga ng wheelchair?
kay-LA-ngan ba ta-la-GA nang WEEL-cheyr?

Am I in the right area of the hospital?
Nasa tamang bahagi ba ako ng ospital?
NA-sa TA-mang ba-HA-gi ba a-KO nang os-pi-TAL?

Where is the front desk receptionist?
Nasaan ang front desk receptionist?
NA-sa-an ang front desk re-SEP-sho-nist?

I would like to go to a different waiting area.
Gusto kong magpunta sa ibang waiting area.
goos-TO kong mag-poon-TA sa i-BANG WEY-ting EYR-ya.

Can I have a change of sheets, please?
Pwede bang humingi ng pampalit na kubre-kama?
PWE-de bang hoo-mi-NGI nang pam-pa-LEET na koo-BRE-ka-MA?

Excuse me, what is your name?
Excuse me, anong pangalan mo?
eks-KYOOS mi, a-NONG pa-NGA-lan mo?

Who is the doctor in charge here?
Sino ang in-charge na doktor dito?
SI-no ang in-CHARJ na dok-TOR DEE-to?

I need some assistance, please.
Kailangan ko ng tulong, pakiusap.
kay-LA-ngan ko nang TOO-long, pa-ki-OO-sap.

Will my recovery affect my ability to do work?
Makakaapekto ba ang pagpapagaling ko sa aking kakayahang magtrabaho?
ma-ka-ka-a-PEK-to ba ang pag-pa-pa-ga-LING ko sa A-king ka-ka-ya-HANG mag-tra-BA-ho?

How long is the estimated recovery time?
Gaano katagal ang tinitingnan na recovery time?
ga-A-no ka-ta-GAL ang ti-NI-ting-nan na re-KO-ve-ri taym?

Is that all you can do for me? There has to be another option.
Ito lang ba ang pwede mong gawin para sa akin? Siguro naman ay may iba
pang paraan.
*i-TO lang ba ang PWE-de mong ga-WIN PA-ra sa A-kin? si-GOO-ro na-
MAN ay may i-BA pang pa-ra-AN .*

I need help with motion sickness.
Kailangan ko ng tulong sa aking pagkahilo.
kay-LA-ngan ko nang TOO-long sa A-king pag-ka-HEE-lo.

I'm afraid of needles.
Takot ako sa karayom.
ta-KOT a-KO sa ka-RA-yom.

My gown is too small; I need another one.
Masyadong maliit ang aking gown, kailangan ko ng bago.
ma-SHA-dong ma-li-IT ang A-king gawn, kay-LA-ngan ko nang BA-go.

Can I have extra pillows?
Pwede bang makakuha ng dagdag pang unan?
PWE-de bang ma-ka-KOO-ha nang dag-DAG pang OO-nan?

I need assistance getting to the bathroom.
Kailangan ko ng alalay papunta sa banyo.
kay-LA-ngan ko nang a-LA-lay pa-poon-TA sa BAN-yo.

Hi, is the doctor in?
Kumusta, nandyan ba ang doktor?
ku-MOOS-ta, nan-JAN ba ang dok-TOR?

When should I schedule the next checkup?
Kailan ko dapat i-skedyul ang susunod kong checkup?
kay-LAN ko DA-pat i-SKE-jool ang SOO-soo-nod kong CHEK-ap?

When can I have these stitches removed?
Kailan pwedeng tanggalin itong mga tahi?
kay-LAN PWE-deng tang-ga-LIN i-TONG ma-NGA ta-HI?

Do you have any special instructions while I'm in this condition?
Meron ba kayong mga bilin sa akin habang nasa ganitong kondisyon ako?
*ME-ron baka-YONG ma-NGA BEE-lin sa A-kin HA-bang NA-sa ga-ni-TONG
kon-di-SHON a-KO?*

ORDERING FOOD

Can I see the menu?
Pwedeng makita ang menu?
PWE-deng ma-KEE-ta ang MEN-yoo?

I'm really hungry. We should eat something soon.
Gutom na talaga ako. Kumain agad tayo.
goo-TOM na ta-la-GA a-KO. koo-MA-een a-GAD TA-yo.

Can I take a look in the kitchen?
Pwede ko bang silipin ang kusina?
PWE-de ko bang see-LEE-pin ang koo-SEE-na?

Can we see the drink menu?
Pwede ba naming makita ang menu para sa mga inumin?
PWE-de ba NA-ming ma-KEE-ta ang MEN-yoo PA-ra sa ma-NGA ee-NOO-min?

Where can we be seated?
Saan kami pwede umupo?
sa-AN ka-MEE PWE-de oo-moo-PO??

This is very tender and delicious.
Sobrang lambot at sarap nito.
SOB-rang -lam-BOT at sa-RAP ni-TO.

Do you serve alcohol?
Meron ba kayong alak?
ME-ron ba ka-YONG A-lak?

I'm afraid our party can't make it.
Pasensya na pero mukhang hindi kami makakarating.
pa-SEN-sha na PE-ro moo-KANG hin-DEE? ka-MEE maKA-ka-ra-ting.

That room is reserved for us.
Naka-reserve ang kwartong iyon para sa atin.
na-ka-re-SERV ang KWAR-tong i-YON PA-ra sa A-tin.

Are there any seasonal favorites that you serve?
May mga seasonal favorites ba kayo?
may ma-NGA SEE-so-nal FEY-vo-rits ba ka-YO?

Do you offer discounts for kids or seniors?
May discount ba ang mga bata at senior?
may dis-KAWNT ba ang ma-NGA BA-ta at SEE-nyor?

I would like it filleted.
Gusto ko siyang naka-fillet.
goos-TO ko shang na-ka-fi-LEY.

I would like to reserve a table for a party of four.
Gusto kong magpareserve ng mesa para sa apat na tao.
goos-TO kong mag-pa-re-SERV nang ME-sa PA-ra sa A-pat na TA-o.

I would like to place the reservation under my name.
Gusto kong magpa-reserve sa pangalan ko.
goos-TO kong mag-pa-re-SERV sa pa-NGA-lan ko.

What type of alcohol do you serve?
Anu-anong mga alak ang meron kayo?
a-NU a-NONG ma-NGA A-lak ang ME-ron ka-YO?

Do I need a reservation?
Kailangan ko ba ng reservation?
kay-LA-ngan ko ba nang re-ser-VEY-shon?

What does it come with?
Anong kasama nito?
a-NONG ka-SA-ma ni-TO?

What are the ingredients?
Anu-ano ang mga sangkap?
a-NU a-NO ang ma-NGA sang-KAP?

What else does the chef put in the dish?
Ano pa ang hinahalo ng kusinero sa pagkain?
a-NO pa ang hi-na-HA-lo nang koo-si-NE-ro sa pag-KA-in?

I wonder which of these tastes better?
Ano kaya ang mas masarap sa mga ito?
a-NO ka-YA ang mas ma-sa-RAP sa ma-NGA i-TO?

That is incorrect. Our reservation was at noon.
Mali ito. Tanghali ang reservation namin.
ma-LI? i-TO. tang-HA-lee? ang re-ser-VEY-shon NA-min.

I would like red wine, please.
Isang red wine, pakiusap.
i-SANG red wayn, pa-ki-OO-sap.

Can you choose the soup?
Pwede ka bang mamili ng sabaw?
PWE-de ka bang ma-MEE-lee? nang sa-BAW?

What is the most popular dish here?
Ano ang pinakasikat na pagkain dito?
a-NO ang pi-na-ka-see-KAT na pag-KA-een DEE-to?

What are the specials today?
Anu-ano ang mga espesyal na pagkain ngayong araw?
a-NU a-NO ang ma-NGA es-pe-SHAL na pag-KA-een nga-YONG A-raw?

What are your appetizers?
Anu-ano ang mga appetizer niyo?
a-NU a-NO ang ma-NGA a-pe-TAY-zer nyo?

Please bring these out separately.
Pakilabas ang mga ito isa-isa.
pa-ki-la-BAS ang ma-NGA i-TO i-SA i-SA.

Do we leave a tip?
Kailangan ba nating mag-tip?
kay-LA-ngan ba NA-ting mag-TIP?

Are tips included with the bill?
Kasama na ba ang tip sa bill?
ka-SA-ma na ba ang tip sa bil?

Split the bill, please.
Pakihiwalay ang bill.
pa-ki-hi-wa-LAY ang bil.

We are paying separately.
Magkaiba kami ng bayad.
mag-ka-i-BA ka-MEE nang BA-yad.

Is there an extra fee for sharing an entrée?
Meron bang dagdag na bayad kapag pinaghatian ang order?
ME-ron bang dag-DAG na BA-yad ka-PAG pi-nag-ha-TEE-an ang OR-der?

Is there a local specialty that you recommend?
Meron ka bang maimumungkahi na pagkaing lokal?
ME-ron ka bang ma-i-moo-moong-KA-hi na pag-KA-ing lo-KAL?

This looks different from what I originally ordered.
Parang iba ito sa inorder ko.
PA-rang i-BA i-TO sa i-NOR-der ko.

Is this a self-serve buffet?
Self-service ba ang buffet na ito?
self ser-VIS ba ang boo-FEY na i-TO?

I want a different waiter.
Gusto ko ng ibang waiter.
goos-TO ko nang i-BANG WEY-ter.

Please move us to a different table.
Pakilipat kami ng mesa.
pa-ki-LEE-pat ka-MEE ng ME-sa.

Can we put two tables together?
Pwede bang pagsamahin ang dalawang mesa?
PWE-de bang pag-sa-MA-hin ang da-la-WANG ME-sa?

My spoon is dirty. Can I have another one?
Madumi ang kutsara ko. Pwedeng makahingi pa ng isa?
ma-doo-MEE ang koo-CHA-ra ko. PWE-deng ma-ka-hee-NGI? pa nang i-SA?

We need more napkins, please.
Pahingi pa ng tissue, pakiusap.
pa-hee-NGI? pa nang TEE-shoo, pa-ki-OO-sap.

I'm a vegetarian and don't eat meat.
Vegetarian ako at hindi ako kumakain ng karne.
ve-je-TAR-yan a-KO at hin-DEE? a-KO koo-ma-KA-in nang kar-NE.

The table next to us is being too loud. Can you say something?
Masyadong maingay ang kabilang mesa. Pwede mo ba silang sawayin?
ma-SHA-dong ma-EE-ngay ang ka-bi-LANG ME-sa. PWE-de mo ba si-LANG sa-wa-YIN?

Someone is smoking in our non-smoking section.

May naninigarilyo sa non-smoking section.

may na-ni-ni-ga-RIL-yo sa nan SMOW-king SEK-shon.

Please seat us in a booth.

Pakilagay kami sa booth.

pa-ki-la-GAY ka-MEE sa boot.

Do you have any non-alcoholic beverages?

Meron ba kayong mga inuming walang alkohol?

ME-ron ba ka-YONG ma-NGA i-noo-MING wa-LANG al-ko-HOL?

Where is your bathroom?

Saan ang banyo niyo?

sa-AN ang BAN-yo nyo?

Are you ready to order?

Oorder na po ba kayo?

o-OR-der na po ba ka-YO?

Five more minutes, please.

Limang minuto pa, pakiusap.

li-MANG mi-NOO-to pa, pa-ki-OO-sap.

What time do you close?

Anong oras kayo nagsasara?

a-NONG O-ras ka-YO nag-SA-sa-ra?

Is there pork in this dish? I don't eat pork.

May baboy ba sa pagkaing ito? Hindi ako kumakain ng baboy.

may BA-boy ba sa pag-KA-ing i-TO? hin-DEE? a-KO koo-ma-KA-in nang BA-boy.

Do you have any dishes for vegans?

May mga pagkain ba kayo para sa mga vegan?

may ma-NGA pag-KA-in ba ka-YO PA-ra sa ma-NGA VEE-gan?

Are these vegetables fresh?

Sariwa ba ang mga gulay na ito?

sa-REE-wa ba ang ma-NGA GOO-lay na i-TO?

Have any of these vegetables been cooked in butter?

May mga gulay ba dito na niluto sa mantikilya?

may ma-NGA GOO-lay ba DEE-to na ni-LOO-to sa man-ti-KIL-ya?

Is this spicy?
Maanghang ba ito?
ma-ang-HANG ba i-TO?

Is this sweet?
Matamis ba ito?
ma-ta-MIS ba i-TO?

I want more, please.
Gusto ko pa, pakiusap.
goos-TO ko pa, pa-ki-OO-sap.

I would like a dish containing these items.
Gusto ko ng pagkain na meron ng mga ito.
goos-TO ko nang pag-KA-in na ME-ron nang ma-NGA i-TO.

Can you make this dish light? Thank you.
Pwede bang huwag masyadong malasa ang pagkain na ito? Salamat.
PWE-de bang hoo-WAG ma-SHA-dong ma-LA-sa ang pag-KA-in na i-TO? sa-LA-mat.

Nothing else.
Wala na.
wa-LA na.

Please clear the plates.
Pakikuha na ang mga plato.
pa-ki-KOO-ha na ang ma-NGA PLA-to.

May I have a cup of soup?
Pwede bang makakuha ng isang mangkok ng sabaw?
PWE-de bang ma-ka-KOO-ha nang i-SANG mang-KOK na sa-BAW?

Do you have any bar snacks?
Meron ba kayong mga bar snacks?
Me-ron ba ka-YONG ma-NGA bar snaks?

Another round, please.
Isa pa, pakiusap.
i-SA pa, pa-ki-OO-sap.

When is closing time for the bar?
Anong oras nagsasara ang bar?
a-NONG O-ras nag-SA-sa-ra ang bar?

That was delicious!
Ang sarap!
ang sa-RAP!

Does this have alcohol in it?
May alkohol ba ito?
may al-ko-HOL ba i-TO?

Does this have nuts in it?
May mani ba ito?
may ma-NIʔ ba i-TO?

Is this gluten free?
Wala ba itong gluten?
wa-LA ba i-TONG GLOO-ten?

Can I get this to go?
Pwede ba itong i-take out?
PWE-de ba i-TONG i-TEYK-awt?

May I have a refill?
Pwede mo pa bang lagyan ito uli?
PWE-de mo pa bang lag-YAN i-TO oo-LIʔ?

Is this dish kosher?
Tama ba ang pagkaing ito?
TA-ma ba ang pag-KA-ing i-TO?

I would like to change my drink.
Gusto kong mag-iba ng inumin.
goos-TO kong mag-i-BA nang i-noo-MIN.

My coffee is cold. Could you please warm it up?
Lumamig na ang kape ko. Pwede mo ba ito initin uli?
loo-ma-MIG na ang ka-PE ko. PWE-de mo ba i-TO i-ni-TIN u-LIʔ?

Do you serve coffee?
Meron ba kayong kape?
ME-ron ba ka-YONG ka-PE?

Can I please have cream in my coffee?
Pwede bang pakilagyan ng creamer ang kape ko?
PWE-de bang pa-ki-lag-YAN nang KREE-mer ang ka-PE ko?

Please add extra sugar to my coffee.
Pakidagdagan ng asukal ang kape ko.
pa-ki-dag-da-GAN nang a-SOO-kal ang ka-PE ko.

I would like to have my coffee served black, no cream and no sugar.
Gusto ko ng purong kape lang, walang creamer at asukal.
goos-TO ko nang PU-rong ka-PE lang, wa-LANG KREE-mer at a-SOO-kal.

I would like to have decaffeinated coffee, please.
Gusto ko ng decaffeinated na kape, pakiusap.
goos-TO ko nang de-ka-fi-NEY-ted na ka-PE, pa-ki-OO-sap.

Do you serve coffee-flavored ice cream?
Meron ba kayong ice cream na lasang kape?
ME-ron ba ka-YONG ays kreem na LA-sang ka-PE?

Please put my cream and sugar on the side so that I can add it myself.
Pakihiwalay ang creamer at asukal, ako na lang ang maghahalo.
pa-ki-hi-wa-LAY ang KREE-mer at a-SOO-kal, a-KO na lang ang mag-ha-HA-lo.

I would like to order an iced coffee.
Isang iced coffee sa akin.
i-SANG aysd KO-fi sa A-kin.

I would like an espresso please.
Isang espresso, pakiusap.
i-SANG es-PRE-so, pa-ki-OO-sap.

Do you have 2% milk?
Meron ba kayong 2% na gatas?
ME-ron ba ka-YONG too per-SENT na GA-tas?

Do you serve soy milk?
Meron ba kayong soy milk?
ME-ron ba ka-YONG soy milk?

Do you have almond milk?
Meron ba kayong almond milk?
ME-ron ba ka-YONG AL-mond milk?

Are there any alternatives to the milk you serve?
Meron ba kayong pampalit sa gatas?
ME-ron ba ka-YONG pam-pa-LIT sa GA-tas?

Please put the lemons for my tea on the side.
Pakihiwalay ang lemon sa aking tsaa.
pa-ki-hi-wa-LAY ang LE-mon sa A-king cha-A.

No lemons with my tea, thank you.
Walang lemon ang tsaa ko, salamat.
wa-LANG LE-mon ang cha-A ko, sa-LA-mat.

Is your water from the tap?
Galing ba sa gripo ang tubig niyo?
GA-ling ba sa GREE-po ang TOO-big nyo?

Sparkling water, please.
Sparkling water, pakiusap.
spark-LING WA-ter, pa-ki-OO-sap.

Can I get a diet coke?
Meron ba kayong diet coke?
ME-ron ba ka-YONG DA-yet kowk?

We're ready to order.
Oorder na kami.
o-OR-der na ka-MEE.

Can we be seated over there instead?
Pwede bang doon na lang kami maupo?
PWE-de bang do-ON na lang ka-MEE ma-oo-PO??

Can we have a seat outside?
Pwede ba kami sa labas?
PWE-de ba ka-MEE sa la-BAS?

Please hold the salt.
Pakihawak ang asin.
pa-ki-HA-wak ang a-SIN.

This is what I would like for my main course.
Ito ang gusto kong main course.
i-TO ang goos-TO kong meyn kors.

I would like the soup instead of the salad.
Mas gusto ko ng sabaw kaysa sa salad.
mas goos-TO ko nang sa-BAW kay-SA sa SA-lad.

I'll have the chicken risotto.
Isang chicken risotto sa akin.
i-SANG CHEE-ken ri-SO-to sa A-kin.

Can I change my order?
Pwede ko bang palitan ang order ko?
PWE-de ko bang pa-li-TAN ang OR-der ko?

Do you have a kids' menu?
Meron ba kayong pambatang menu?
ME-ron ba ka-YONG pam-BA-tang MEN-yoo?

When does the lunch menu end?
Hanggang anong oras ang lunch menu?
hang-GANG a-NONG O-ras ang lanch MEN-yoo?

When does the dinner menu start?
Anong oras magsisimula ang dinner menu?
a-NONG O-ras mag-si-si-moo-LA ang DEE-ner MEN-yoo?

Do you have any recommendations from the menu?
May mga rekomendasyon ka ba sa menu?
may ma-NGA re-ko-men-da-SHON ka ba sa MEN-yoo?

I would like to place an off-menu order.
Gusto kong mag-order noong wala sa menu.
goos-to kong mag-OR-der no-ONG wa-LA sa MEN-yoo.

Can we see the dessert menu?
Patingin kami ng dessert menu.
pa-ti-NGIN ka-MEE nang de-SERT MEN-yoo.

Is this available sugar-free?
Meron ba nito na walang asukal?
ME-ron ba ni-TO na wa-LANG a-SOO-kal?

May we have the bill, please?
Ang bill, pakiusap.
ang bil, pa-ki-OO-sap.

Where do we pay?
Saan ang bayaran?
sa-AN ang ba-ya-RAN?

Hi, we are with the party of Isaac.
Hi, kasama kami ni Isaac.
hay, ka-SA-ma ka-MEE ni Ay-sak.

We haven't made up our minds yet on what to order. Can we have a few more minutes, please?
Hindi pa kami nakakapili ng order. Maya-maya na lang, pakiusap.
hin-DEE? pa ka-MEE na-ka-ka-PEE-li? nang OR-der. ma-YA ma-YA na lang, pa-ki-OO-sap.

Waiter!
Waiter!
WEY-ter!

Waitress!
Waitress!
WEY-tres!

I'm still deciding, come back to me, please.
Hindi pa ako makapili, pakibalikan mo na lang ako.
hin-DEE? pa a-KO ma-ka-PEE-li, pa-ki-ba-li-KAN mo na lang a-KO.

Can we have a pitcher of that?
Isang pitsil nito, pwede?
i-SANG pee-CHIL ni-TO, pwe-DE?.

This is someone else's meal.
Sa ibang tao ang pagkain na ito.
sa i-BANG TA-o ang pag-KA-in na i-TO.

Can you please heat this up a little more?
Pwede mo bang initin pa ito?
PWE-de mo bang i-NEE-tin pa i-TO?

I'm afraid I didn't order this.
Hindi ko inorder ito.
hin-DEE? ko i-NOR-der i-TO.

The same thing again, please.
Iyong kagaya ulit ng dati, pakiusap.
i-YONG ka-GA-ya oo-LIT nang DA-ti, pa-ki-OO-sap.

Can we have another bottle of wine?
Isa pang bote ng wine, pwede?
i-SA pang BO-te nang wayn, PWE-de?

That was perfect, thank you!
Perfect, salamat!
per-FECT, sa-LA-mat!

Everything was good.
Masarap lahat.
ma-sa-RAP LA-hat.

Can we have the bill?
Pakidala na ang bill.
pa-ki-da-LA na ang bil.

I'm sorry, but this bill is incorrect.
Sorry, mali ang bill na ito.
SO-ri, ma-LI? ang bil na i-TO.

Can I have clean cutlery?
Pwede bang humingi ng malinis na kutsara't tinidor?
PWE-de bang hoo-mi-NGI nang ma-LI-nis na koo-CHA-rat ti-ni-DOR?

Can we have more napkins?
Pahingi pa ng tissue.
pa-hi-NGI pa nang TEE-shoo.

May I have another straw?
Pahingi pa ng isang straw.
pa-hi-NGI pa nang i-SANG stro.

What sides can I have with that?
Anu-anong sides ang kasama niyan?
a-NU a-NONG sayds ang ka-SA-ma nyan?

Excuse me, but this is overcooked.
Excuse me, masyadong luto ito.
eks-KYOOS mi, ma-SHA-dong loo-TO i-TO.

May I talk to the chef?
Pwede ko bang makausap ang chef?
PWE-de ko bang ma-ka-OO-sap ang shef?

We have booked a table for fifteen people.
Nag-book kami ng mesa para sa labinlimang tao.
nag-book ka-MEE nang ME-sa PA-ra sa la-BIN-li-mang TA-o.

Are there any tables free?
Meron pa bang table?
ME-ron pa bang TEY-bol?

I would like one beer, please.
Isang beer, pa-ki-OO-sap.
i-SANG beer, plis.

Can you add ice to this?
Pakidagdagan ito ng yelo.
pa-ki-dag-da-GAN i-TO nang YE-lo.

I would like to order a dark beer.
Gusto ko ng dark beer.
goos-TO ko nang dark beer.

Do you have any beer from the tap?
Meron ba kayong beer galing sa tap?
ME-ron ba ka-YONG beer GA-ling sa tap?

How expensive is your champagne?
Gaano kamahal ang inyong champagne?
ga-A-no ka-ma-HAL ang in-YONG sham-PEYN?

Enjoy your meal.
Enjoy po!
en-JOY po!

I want this.
Gusto ko nito.
goos-TO ko ni-TO.

Please cook my meat well done.
Pakigawang well done ang karne ko.
pa-ki-ga-WANG wel dan ang kar-NE ko.

Please cook my meat medium rare.
Pakigawang medium rare ang karne ko.
pa-ki-ga-WANG MEE-dyum reyr ang kar-NE ko.

Please prepare my meat rare.
Pakigawang rare ang karne ko.
pa-ki-ga-WANG REYR ang kar-NE ko.

What type of fish do you serve?
Anong klase ng isda meron kayo?
a-NONG KLA-se nang is-DA? ME-ron ka-YO?

Can I make a substitution with my meal?
Pwede ba akong magpalit sa pagkain ko?
PWE-de ba a-KONG mag-pa-LIT sa pag-KA-in ko?

Do you have a booster seat for my child?
Meron ba kayong high chair para sa anak ko?
ME-ron ba ka-YONG hay cheyr PA-ra sa a-NAK ko?

Call us when you get a table.
Tawagan mo kami kapag nakakuha ka na ng mesa.
ta-WA-gan mo ka-MEE ka-PAG na-ka-KOO-ha? ka na nang ME-sa.

Is this a non-smoking section?
Non-smoking area ba ito?
nan SMOW-king er-YA ba i-TO?

We would like to be seated in the smoking section.
Gusto namin sa smoking area.
goos-TO NA-min sa SMOW-king er-YA.

This meat tastes funny.
May kakaibang lasa ang karne na ito.
may ka-ka-i-BANG LA-sa ang kar-NE na i-TO.

More people will be joining us later.
Meron pang mga taong darating.
ME-ron pang ma-NGA TA-ong DA-ra-ting.

TRANSPORTATION

Where's the train station?
Nasaan ang estasyon ng tren?
NA-sa-an ang es-ta-SHON nang tren?

How much does it cost to get to this address?
Magkano ang aabutin papunta sa address na ito?
mag-KA-no ang a-a-BOO-tin pa-poon-ta sa A-dres na i-TO?

What type of payment do you accept?
Anong uri ng pambayad ang tinatanggap niyo?
a-NONG OO-ri nang pam-BA-yad ang ti-NA-tang-gap nyo?

Do you have first-class tickets available?
Meron ba kayong first-class tickets?
ME-ron ba ka-YONG first klas TEE-kets?

What platform do I need to be on to catch this train?
Saang platform ako pupunta para sa tren na ito?
sa-ANG PLAT-form a-KO POO-poon-ta PA-ra sa tren na i-TO?

Are the roads paved in this area?
Magaganda ba ang kalsada sa lugar na ito?
ma-ga-gan-DA ba ang kal-SA-da sa loo-GAR na i-TO?

Where are the dirt roads, and how do I avoid them?
Nasaan ang mga lubak-lubak na kalsada at paano ko sila maiiwasan?
NA-sa-an ang ma-NGA loo-BAK loo-BAK na kal-SA-da at pa-A-no ko si-LA ma-i-i-WA-san?

Are there any potholes I need to avoid?
Meron ba akong mga lubak na dapat iwasan?
ME-ron ba a-KONG ma-NGA loo-BAK na DA-pat i-WA-san?

How fast are you going?
Gaano ka kabilis?
ga-A-no ka ka-bi-LIS?

Do I need to put my emergency blinkers on?
Kailangan ko bang mag-hazard?
kay-LA-ngan ko bang mag-HA-zard?

Make sure to use the right turn signals.
Siguruhin mong magsignal sa kanan.
si-goo-ROO-hin mong mag-SIG-nal sa KA-nan.

We need a good mechanic.
Kailangan natin ng magaling na mekaniko.
kay-LA-ngan NA-tin nang ma-ga-LING na me-KA-nee-ko.

Can we get a push?
Pwede mo ba kaming tulungang magtulak?
PWE-de mo ba ka-MEENG too-LOO-ngang mag-too-LAK?

I have to call the towing company to move my car.
Kailangan kong tumawag para ipa-tow ang sasakyan ko.
kay-LA-ngan kong too-MA-wag PA-ra i-pa-TOW ang sa-sak-YAN ko.

Make sure to check the battery and spark plugs for any problems.
Lagi mong icheck kung may problema ang baterya at spark plugs.
LA-gi mong i-CHEK koong may prob-LE-ma ang ba-ter-YA at spark plags.

Check the oil level.
I-chek mo ang gasolina.
i-CHEK mo ang ga-so-LEE-na.

I need to notify my insurance company.
Kailangan kong tawagan ang insurance ko.
kay-LA-ngan kong ta-WA-gan ang in-SHOO-rans ko.

When do I pay the taxi driver?
Kailan ako dapat magbayad sa taksi drayber?
kay-LAN *a-KO DA-pat mag-BA-yad sa TAK-si DRAY-ber?*

Please take me to the nearest train station.
Pakihatid mo ako sa pinakamalapit na estasyon ng tren.
pa-ki-ha-TID mo a-KO sa pi-na-ka-ma-LA-pit na es-ta-SHON nang tren.

How long does it take to get to this address?
Gaano katagal ang byahe papunta sa address na ito?
ga-A-no ka-ta-GAL ang BYA-he pa-poon-TA sa A-dres na i-TO?

Can you stop here, please?
Sa tabi na lang po, pwede?
sa ta-BI na lang po, PWE-de?

You can drop me off anywhere around here.
Kahit saan niyo na lang po ako ibaba dito.
KA-hit sa-AN nyo na lang po a-KO i-ba-BA DEE-to.

Is there a charge for extra passengers?
May dagdag bayad po ba sa dadag na pasahero?
may dag-DAG BA-yad po ba sa dag-DAG na pa-sa-HE-ro?

What is the condition of the road? Is it safe to travel there?
Kumusta ang kalsada? Pwede ba itong bagtasin?
koo-moos-TA ang kal-SA-da? PWE-de ba i-TONG bag-ta-SIN?

Take me to the emergency room.
Dalhin mo ako sa emergency room.
dal-HIN mo a-KO sa e-MER-jen-si room.

Take me to the embassy.
Dalhin mo ako sa embahada.
dal-HIN mo a-KO sa em-ba-HA-da.

I want to travel around the country.
Gusto kong libutin ang bansa.
goos-TO kong li-BOO-tin ang ban-SA.

Is this the right side of the road?
Ito ba ang tamang bahagi ng kalsada?
i-TO ba ang TA-mang ba-HA-gi nang kal-SA-da?

My car broke down, please help!
Nasira ang sasakyan ko, pakitulungan ako!
na-SEE-ra ang sa-sak-YAN ko, pa-kee-too-LOO-ngan A-ko!

Can you help me change my tire?
Pwede mo ba akong tulungan magpalit ng gulong?
PWE-de mo ba a-KONG too-LOO-ngan mag-pa-LIT nang goo-LONG?

Where can I get a rental car?
Saan ako pwede magrenta ng sasakyan?
sa-AN a-KO PWE-de mag-REN-ta nang sa-sak-YAN?

Please take us to the hospital.
Pakihatid kami sa ospital.
pa-ki-ha-TID ka-MEE sa os-pi-TAL.

Is that the car rental office?
Ito ba ang rentahan ng sasakyan?
i-TO ba ang ren-TA-han nang sa-sak-YAN?

May I have a price list for your fleet?
Meron ba kayong listahan ng presyo para sa fleet niyo?
ME-ron ba ka-YONG lis-TA-han nang PRE-sho Pa-ra sa fleet nyo?

Can I get insurance on this rental car?
Pwede ko bang ikuha ng insurance itong rerentahan kong sasakyan?
PWE-de ko bang i-KOO-ha? nang in-SHOO-rans i-TONG re-REN-ta-han kong sa-sak-YAN?

How much is the car per day?
Magkano ang renta ng sasakyan kada araw?
mag-KA-no ang REN-ta nang sa-sak-YAN KA-da A-raw?

How many kilometers can I travel with this car?
Ilang kilometro ang pwedeng ibyahe ng sasakyang ito?
i-LANG ki-lo-MET-ro ang PWE-deng i-BYA-he nang sa-sak-YANG i-TO?

I would like maps of the region if you have them.
Pakibigyan ako ng mapa ng rehiyon kung meron ka.
pa-ki-big-YAN a-KO nang MA-pa nang re-hi-YON koong ME-ron ka.

When I am done with the car, where do I return it?
Saan ko ibabalik ang sasakyan pagkatapos ko gamitin?
sa-AN ko i-BA-ba-lik ang sa-sak-YAN pag-ka-TA-pos ko ga-MI-tin?

Is this a standard or automatic transmission?
Ito ba ay manual o automatic?
i-TO ba ay MAN-wal o o-to-MA-tik?

Is this car gas-efficient? How many kilometers per liter?
Tipid ba sa gas ang sasakyang ito? Ilang kilometro kada litro?
ti-PID ba sa gas ang sa-sak-YANG i-TO? i-LANG ki-lo-ME-tro KA-da lit-RO?

Where is the spare tire stored?
Saan nakatago ang ekstrang gulong?
sa-AN na-ka-TA-go ang EKS-trang gu-LONG?

71

Are there places around the city that are difficult to drive?
Meron bang mga lugar sa syudad kung saan mahirap magmaneho?
ME-ron bang ma-NGA loo-GAR sa shu-DAD koong sa-AN ma-HEE-rap mag-ma-NE-ho?

At what time of the day is the traffic the worst?
Anong oras ang pinakamalalang traffic?
a-NONG O-ras ang pi-na-ka-ma-la-LANG TRA-fik?

We can't park right here.
Hindi tayo pwede pumarada dito.
hin-DEE? TA-yo PWE-de poo-ma-RA-da DEE-to.

What is the speed limit?
Ano ang speed limit?
a-NO ang spid LI-mit?

Keep the change.
Sa iyo na ang sukli.
sa i-YO na ang sook-LI?.

Now let's get off here.
Bumaba na tayo dito.
boo-ma-BA? na TA-yo DEE-to.

Where is the train station?
Saan ang estasyon ng tren?
sa-AN ang es-ta-SHON nang tren?

Does the bus stop nearby?
Meron bang bus stop na malapit?
ME-ron bang bas stap na ma-LA-pit?

When does the bus run?
Kailan bumabyahe ang bus?
kay-LAN- boo-ma-BYA-he ang boos?

Where do I go to catch a taxi?
Saan ako makakapara ng taksi?
sa-AN a-KO ma-ka-ka-PA-ra nang TAK-si?

Does the train go to the north station?
Nakakarating ba ang tren sa north station?
na-ka-ka-ra-TING ba ang tren sa nort STEY-shon?

Where do I go to purchase tickets?
Saan ako makakabili ng mga tiket?
sa-AN a-KO ma-Ka-ka-bi-li nang ma-NGA TEE-ket?

How much is a ticket to the north?
Magkano ang tiket papuntang norte?
mag-KA-no ang TEE-ket pa-poon-TANG NOR-te?

What is the next stop along this route?
Saan ang susunod na babaan ng rutang ito?
sa-AN ang SOO-soo-nod na ba-BA-an nang ROO-tang i-TO?

Can I have a ticket to the north?
Pabili ng tiket papuntang norte.
pa-bi-LI nang TEE-ket pa-poon-TANG NOR-te.

Where is my designated platform?
Saan dapat ang aking platform?
sa-AN DA-pat ang A-king PLAT-form?

Where do I place my luggage?
Saan ko dapat ilagay ang bagahe ko?
sa-AN ko DA-pat i-la-GAY ang ba-GA-he ko?

Are there any planned closures today?
Meron bang mga naka-iskedyul na pagsasara ngayong araw?
ME-ron bang ma-NGA na-ka-i-SKE-dyool na PAG-sa-sa-ra nga-YONG A-raw?

Where are the machines that disperse tickets?
Nasaan ang ticket-vending machine?
NA-sa-an ang TEE-ket VEN-ding ma-SHEEN?

Does this car come with insurance?
May insurance ba ang sasakyang ito?
may in-SHOO-rans ba ang sa-sak-YANG i-TO?

May I have a timetable, please?
Pwede ba akong makakuha ng iskedyul?
PWE-de ba a-KONG ma-ka-KOO-ha nang i-SKE-jool?

How often do trains come to this area?
Gaano kadalas dumaan ang mga tren sa lugar na ito?
ga-A-no ka-da-LAS doo-ma-AN ang ma-NGA tren sa loo-GAR na i-TO?

Is the train running late?
Late ba ang tren?
leyt ba ang tren?

Has the train been cancelled?
Kanselado ba ang tren?
kan-se-LA-do ba ang tren?

Is this seat available?
May nakaupo ba dito?
may na-ka-oo-PO? ba DEE-to?

Do you mind if I sit here?
Ayos lang ba na maupo ako dito?
A-yos lang ba na ma-oo-PO? a-KO DEE-to?

I've lost my ticket.
Nawala ko ang tiket ko.
na-wa-LA ko ang TEE-ket ko.

Excuse me, this is my stop.
Sa tabi na lang po, dito lang po ako.
sa ta-BI na lang po, DEE-to lang po a-KO.

Can you please open the window?
Pakibuksan naman ang bintana.
pa-ki-book-SAN na-MAN ang bin-TA-na.

Is smoking allowed in the car?
Pwede bang manigarilyo sa sasakyan?
PWE-de bang ma-ni-ga-RIL-yo sa sa-sak-YAN?

Wait, my luggage is still on board!
Sandali lang, nasa loob pa ang bagahe ko!
san-da-LI lang, NA-sa lo-OB pa ang ba-GA-he ko!

Where can I get a map?
Saan ako pwede makakuha ng mapa?
sa-AN a-KO PWE-de ma-ka-KOO-ha? nang MA-pa?

What zone is this?
Anong zone ito?
a-NONG zown i-TO?

Please be careful of the gap!
Pakiusap na mag-ingat sa awang!
pa-ki-OO-sap na mag-EE-ngat sa a-WANG!

I am about to run out of gas.
Malapit na ako maubusan ng gas.
ma-LA-pit na a-KO ma-oo-BOO-san nang gas.

My tank is halfway full.
Ang gas ko ay nasa kalahati na.
ang gas ko ay NA-sa ka-la-HA-ti na.

What type of gas does this car take?
Anong gas ang gamit ng sasakyang ito?
a-NONG gas ang GA-mit nang sa-sak-YANG i-TO?

There is gas leaking out of my car.
Tumatagas ang gas sa aking sasakyan.
too-ma-TA-gas ang gas sa A-king sa-sak-YAN.

Fill up the tank.
Punuin mo ang tanke.
poo-noo-IN mo ang tang-KE.

There is no more gas in my car.
Wala nang gas ang sasakyan ko.
wa-LA nang gas ang sa-sak-YAN ko.

Where can I find the nearest gas station?
Saan ko makikita ang pinakamalapit na gasolinahan?
sa-AN ko ma-ki-KEE-ta ang pi-na-ka-ma-LA-pit na ga-so-li-na-HAN?

The engine light for my car is on.
Nakabukas ang ilaw ng aking sasakyan.
na-ka-boo-KAS ang EE-law nang A-king sa-sak-YAN.

Do you mind if I drive?
Ayos lang ba na ako ang magmaneho?
A-yos lang ba na a-KO ang mag-ma-NE-ho?

Please get in the back seat.
Sa likod ka ng sasakyan umupo, pakiusap.
sa li-KOD ka nang sa-sak-YAN oo-moo-PO?, pa-ki-OO-sap.

Let me get my bags out before you leave.
Kukunin ko lang ang mga bag ko bago ka umalis.
koo-KOO-nin ko lang ang ma-NGA bag ko BA-go ka oo-ma-LIS.

The weather is bad, please drive slowly.
Masama ang panahon, dahan-dahan lang sa pagmamaneho.
ma-sa-MA ang pa-na-HON, da-HAN da-HAN lang sa pag-ma-ma-NE-ho.

Our vehicle isn't equipped to travel there.
Hindi pwede bumyahe ang sasakyan natin doon.
hin-DEE? PWE-de bu-MYA-he ang sa-sak-YAN NA-tin do-ON.

One ticket to the north, please.
Isang tiket papunta sa norte, pakiusap.
i-SANG TEE-ket pa-poon-TA sa NOR-te, pa-ki-OO-sap.

If you get lost, call me.
Kung maligaw ka, tawagan mo ako.
koong ma-li-GAW ka, ta-WA-gan mo a-KO.

That bus is overcrowded. I will wait for the next one.
Puno na ang bus. Hihintayin ko na lang ang susunod.
poo-NO? na ang boos. hi-hin-ta-YIN ko na lang ang SOO-soo-nod.

Please, take my seat.
Pakikuha mo na ang upuan ko.
pa-kee-KOO-ha mo na ang oo-poo-AN ko.

Ma'am, I think your stop is coming up.
Ma'am, susunod na yata ang babaan mo.
mam, SOO-soo-nod na YA-ta? ang ba-BA-an mo.

Wake me up when we get to our destination.
Pakigising ako pagdating natin.
pa-ki-GEE-sing a-KO pag-da-TING NA-tin.

I would like to purchase a travel pass for the entire day.
Gusto kong bumili ng travel pass para sa buong araw.
goos-TO kong boo-mi-LI nang TRA-vel pas PA-ra sa boo-ONG A-raw.

Would you like to swap seats with me?
Gusto mo bang makipagpalit ng upuan sa akin?
goos-TO mo bang ma-ki-pag-pa-LIT nang oo-poo-AN sa A-kin?

I want to sit with my family.

Gusto kong maupo kasama ang aking pamilya.

goos-TO kong ma-oo-PO? ka-SA-ma ang A-king pa-MIL-ya.

I would like a window seat for this trip.

Gusto ko ng upuan sa tabi ng bintana para sa byaheng ito.

goos-TO ko nang oo-poo-AN sa ta-BI nang bin-TA-na? PA-ra sa BYA-heng i-TO.

RELIGIOUS QUESTIONS

Where can I go to pray?
Saan ako pwede magdasal?
sa-AN a-KO PWE-de mag-da-SAL?

What services does your church offer?
Anu-anong mga serbisyo ang inaalok ng inyong simbahan?
a-NU a-NONG ma-NGA ser-BI-sho ang i-NA-a-lok nang in-YONG sim-BA-han?

Are you non-denominational?
Wala ka bang relihiyon?
wa-LA ka bang re-li-hi-YON?

Is there a shuttle to your church?
May shuttle ba papunta ng simbahan niyo?
may SHA-tel ba pa-poon-TA nang sim-BA-han nyo?

How long does church last?
Gaano katagal ang simba?
ga-A-no ka-ta-GAL ang sim-BA?

Where is your bathroom?
Saan ang banyo nyo?
sa-AN ang BAN-yo nyo?

What should I wear to your services?
Anong dapat kong suotin sa pagsimba?
a-NONG DA-pat kong soo-o-TIN sa pag-sim-BA?

Where is the nearest Catholic church?
Saan ang pinakamalapit na simbahang Katoliko?
sa-AN ang pi-na-ka-ma-LA-pit na sim-BA-hang ka-TO-li-ko?

Where is the nearest mosque?
Saan ang pinakamalapit na moske?
sa-AN ang pi-na-ka-ma-LA-pit na MOS-ke?

Does your church perform weddings?
Nagkakasal ba ang simbahan niyo?
nag-KA-ka-sal ba ang sim-BA-han nyo?

Who is getting married?
Sino ang ikakasal?
SI-no ang i-KA-ka-sal?

Will our marriage license be legal if we leave the country?
Ligal pa rin ba ang lisensya ng aming kasal kapag umalis kami ng bansa?
li-GAL pa rin ba ang li-SEN-sya nang A-ming ka-SAL ka-PAG oo-ma-LIS ka-MEE nang ban-SA?

Where do we get our marriage license?
Saan namin pwedeng kunin ang lisensya ng aming kasal?
sa-AN NA-min PWE-deng KOO-nin ang li-SEN-sya nang A-ming ka-SAL?

What is the charge for marrying us?
Magkano ang bayad sa pagkasal sa amin?
mag-KA-no ang BA-yad sa PAG-ka-sal sa A-min?

Do you handle same-sex marriage?
Nagsasagawa ba kayo ng same-sex marriage?
nag-SA-sa-ga-wa ba ka-YO nang seym seks ME-reyj?

Please gather here to pray.
Halina dito't magdasal.
ha-LEE-na DEE-tot mag-da-SAL.

I would like to lead a sermon.
Gusto kong pangunahan ang sermon.
goos-TO kong pa-ngoo-NA-han ang SER-mon.

I would like to help with prayer.
Gusto kong tumulong sa panalangin.
goo-TO kong too-MOO-long sa pa-na-LA-ngin.

How should I dress before arriving?
Paano ako dapat manamit bago dumating?
pa-A-no a-KO DA-pat ma-na-MIT BA-go doo-ma-TING?

What are your rules?
Anu-ano ang mga patakaran niyo?
a-NU a-NO ang ma-NGA pa-ta-ka-RAN nyo?

Are cell phones allowed in your building?
Pwede ba ang cellphone sa inyong gusali?
PWE-de ba ang SEL-fown sa in-YONG goo-SA-li?

I plan on bringing my family this Sunday.
Balak kong dalhin ang aking pamilya sa Linggo.
BA-lak kong dal-HIN ang A-king pa-MIL-ya sa Ling-GO.

Do you accept donations?
Tumatanggap ba kayo ng mga donasyon?
too-MA-tang-gap ba ka-YO nang ma-NGA do-na-SHON?

I would like to offer my time to your cause.
Gusto kong mag-alay ng aking oras para sa inyong gawain.
goos-TO kong mag-A-lay nang A-king O-ras PA-ra sa in-YONG ga-WA-in.

What book should I be reading from?
Saang libro ako dapat magbasa?
sa-ANG lib-RO a-KO DA-pat mag-ba-SA?

Do you have a gift store?
Meron ba kayong bilihan ng regalo?
ME-ron ba ka-YONG bi-LEE-han nang re-GA-lo?

EMERGENCY

I need help over here!
Kailangan ko ng tulong dito!
kay-LA-ngan ko nang TOO-long DEE-to!

I'm lost, please help me.
Naliligaw ako, pakitulungan mo ako.
na-LEE-li-gaw a-KO, pa-kee-too-LOO-ngan mo a-KO.

Someone call the police!
Tumawag kayo ng pulis!
too-MA-wag ka-YO nang poo-LIS!

Is there a lawyer who speaks English?
Meron bang abogadong nagsasalita ng Ingles?
ME-ron bang a-bo-GA-dong nag-SA-sa-li-ta nang ing-GLES?

Please help, my car doesn't work.
Patulong po. Ayaw umandar ng sasakyan ko.
pa-TU-long po. A-yaw oo-man-DAR nang sa-sak-YAN ko.

There was a collision!
May banggaan!
may bang-GA-an!

Call an ambulance!
Tumawag kayo ng ambulansya!
too-MA-wag ka-YO nang am-boo-LAN-sha!

Am I under arrest?
Inaaresto niyo ba ako?
i-na-a-RES-to nyo ba a-KO?

I need an interpreter; this is an emergency!
Kailangan ko ng interpreter, emergency ito!
kay-LA-ngan ko nang in-TER-pre-ter, e-MER-jen-si i-TO!

My back hurts.
Sumasakit ang likod ko.
soo-MA-sa-kit ang li-KOD ko.

Is there an American consulate here?
Meron bang embahada ng Amerika dito?
ME-ron bang em-ba-HA-da nang a-ME-ri-ka DEE-to?

I'm sick and don't feel too well.
May sakit ako at masama ang pakiramdam ko.
may sa-KIT a-KO at ma-sa-MA ang pa-ki-ram-DAM ko.

Is there a pharmacy where I can get medicine?
Meron bang botika kung saan ako makakakuha ng gamot?
ME-ron bang bo-TEE-ka koong sa-AN a-KO ma-ka-ka-KOO-ha nang ga-MOT?

I need a doctor immediately.
Kailangan ko ng doktor, ngayon na.
kay-LA-ngan ko nang dok-TOR, nga-YON na.

I have a tooth missing.
May kulang akong ngipin.
may KOO-lang a-KONG NGEE-pin.

Please! Someone bring my child to me!
Pakiusap! Dalhin niyo sa akin ang anak ko!
pa-ki-OO-sap! dal-HIN nyo sa A-kin ang a-NAK ko!

Where does it hurt?
Saan masakit?
sa-AN ma-sa-KIT?

Hold on to me!
Kumapit ka sa akin!
koo-MA-pit ka sa A-kin!

There's an emergency!
Merong emergency!
ME-rong e-MER-jen-si!

I need a telephone to call for help.
Kailangan ko ng telepono para makahingi ako ng tulong.
kay-LA-ngan ko nang te-LE-po-no PA-ra ma-ka-hi-NGI? a-KO nang TOO-long.

My nose is bleeding.
Nagdudugo ang ilong ko.
nag-DOO-doo-go? ang i-LONG ko.

I twisted my ankle.
Natapilok ako.
na-ta-pi-LOK a-KO.

I don't feel so good.
Hindi masyadong maganda ang pakiramdam ko.
hin-DEE? ma-SHA-dong ma-gan-DA ang pa-ki-ram-DAM ko.

Don't move, please.
Huwag kang gumalaw, pakiusap.
hoo-WAG kang goo-ma-LAW, pa-ki-OO-sap.

Hello operator, can I place a collect call?
Hello operator, pwede ba akong mag-collect call?
he-LOW o-pe-REY-tor, PWE-de ba a-KONG mag-ko-LEKT kol?

I'll get a doctor for you.
Itatawag kita ng doktor.
i-ta-TA-wag ki-TA nang dok-TOR.

Please hold my passports for a while.
Pakihawak ang mga pasaporte ko saglit.
pa-ki-HA-wak ang ma-NGA pa-sa-POR-te ko sag-LIT.

I lost my wallet.
Nawala ko ang pitaka ko.
na-wa-LA ko ang pi-TA-ka ko.

I have a condition! Please check my wallet.
Meron akongkaramdaman! Pakitingnan mo ang pitaka ko.
ME-ron a-KONG ka-ram-DA-man! Pa-kee-ting-NAN mo ang pi-TA-ka ko.

My wife is in labor, please help!
Manganganak na ang asawa ko, pakitulungan niyo kami!
ma-NGA-nga-nak na ang a-SA-wa ko, pa-kee-too-LOO-ngan nyo ka-MEE!

I would like to talk to my lawyer.
Gusto kong makausap ang abogado ko.
goos-TO kong ma-ka-OO-sap ang a-bo-GA-do ko.

83

It's an earthquake!
Lumilindol!
loo-mi-lin-DOL!

Get under the desk and protect your head.
Pumunta ka sa ilalim ng mesa at protektahan mo ang iyong ulo.
pu-mun-TA ka sa i-LA-lim nang ME-sa at pro-TEK-ta-han mo ang i-YONG OO-lo.

How can I help you?
Anong maitutulong ko?
a-NONG ma-i-too-TOO-long ko?

Everyone, he needs help!
Mga kasama, kailangan niya ng tulong!
ma-NGA ka-SA-ma, kay-LA-ngan nya ng TOO-long!

Yes, help me get an ambulance.
Oo, tulungan mo akong tumawag ng ambulansya.
o-O, too-LOO-ngan mo a-KONG too-MA-wag nang am-boo-LAN-sha.

Thank you, but I am fine. Please don't help me.
Salamat, pero ayos lang ako. Pakiusap, huwag mo na akong tulungan.
sa-LA-mat, PE-ro A-yos lang a-KO. Pa-ki-OO-sap, hoo-WAG mo na a-KONG too-LOO-ngan.

I need help carrying this injured person.
Kailangan ko ng tulong sa pagbubuhat ng nasaktang tao.
kay-LA-ngan ko nang TOO-long sa pag-boo-boo-HAT nang na-sak-TANG TA-o.

TECHNOLOGY

What is the country's official website?
Ano ang official website ng bansa?
a-NO ang o-FEE-shal WEB-sayt nang ban-SA?

Do you know the name of a good wi-fi café?
May alam ka bang cafe na may maayos na wifi?
may a-LAM ka bang KA-fey na may ma-A-yos na way-FAY?

Do you have any experience with computers?
May alam ka ba sa mga kompyuter?
may a-LAM ka ba sa ma-NGA kom-PYOO-ter?

How well do you know Apple products?
Gaano ka kasanay sa mga produkto ng Apple?
ga-A-no ka ka-sa-NAY sa ma-NGA pro-DOOK-to nang A-pol?

What kind of work did you do with computers?
Anong klase ng trabaho ang alam mo sa kompyuter?
a-NONG KLA-se nang tra-BA-ho ang a-LAM mo sa kom-PYOO-ter?

Are you a programmer?
Programmer ka ba?
prog-RA-mer ka ba?

Are you a developer?
Developer ka ba?
de-VE-lo-per ka ba?

I want to use this computer instead of that one.
Gusto kong gamitin ang kompyuter na ito kaysa sa isang iyon.
goos-TO kong ga-MEE-tin ang kom-PYOO-ter na i-TO KAY-sa sa i-SANG i-YON.

Do you know where I can buy discount computer parts?
Alam mo ba kung saan ako pwedeng bumili ng discounted na mga parte ng kompyuter?

a-LAM mo ba koong sa-AN a-KO PWE-deng boo-mi-LI nang dis-KAWN-ted na ma-NGA PAR-te nang kom-PYOO-ter?

I have ten years of experience with Windows.
Meron akong sampung taon na karanasan gamit ang Windows.
ME-ron a-KONG sam-POONG ta-ON na ka-ra-na-SAN GA-mit ang WIN-dows.

What is the wi-fi password?
Ano ang password ng wifi?
a-NO ang PAS-word nang WAY-fay?

I need to have my login information reset.
Kailangan kong i-reset ang login information ko.
kay-LA-ngan kong i-re-SET ang LAG-in in-for-MEY-shon ko.

The hard drive is making a clicking noise.
May tumutunog sa hard drive.
may too-MOO-too-nog sa hard drayb.

How do I uninstall this program from my device?
Paano ko i-u-uninstall ang program na ito sa device ko?
pa-A-no ko i-a-an-in-STOL ang PRO-gram na i-TO sa de-VAYS ko?

Can you help me set up a new account with this website?
Pwede mo ba akong tulungan magset-up ng bagong account sa website na ito?
PWE-de mo ba a-KONG too-LOO-ngan mag-SET-ap nang BA-gong a-KAWNT sa WEB-sayt na i-TO?

Why is the internet so slow?
Bakit sobrang bagal ng internet?
BA-kit sob-RANG BA-gal nang in-ter-NET?

Why is YouTube buffering every video I play?
Bakit nagla-lag ang mga video sa Youtube na pinapanood ko?
BA-kit nag-la-LAG ang ma-NGA VI-dyow sa YOO-chub na pi-na-pa-no-OD ko?

My web camera isn't displaying a picture.
Walang lumalabas sa webcam ko.
wa-LANG loo-MA-la-bas sa WEB-cam ko.

I have no bars on my phone.
Wala nang baterya ang cellphone ko.
wa-LA nang ba-ter-YA ang SEL-fown ko.

Where can I get my phone serviced?
Saan ko pwede ipagawa ang cellphone ko?
sa-AN ko PWE-de i-pa-ga-WA ang SEL-fown ko?

My phone shows that it is charging but won't charge.
Nakalagay sa cellphone ko na nag-cha-charge ito pero hindi talaga.
na-ka-la-GAY sa SEL-fown ko na nag-cha-CHARJ i-TO PE-ro hin-DEE? ta-la-GA.

I think someone else is controlling my computer.
Sa tingin ko may ibang kumokontrol sa kompyuter ko.
sa ti-NGIN ko may i-BANG koo-MO-kon-trol sa kom-PYOO-ter ko.

My computer just gave a blue screen and shut down.
Nagblue screen lang ang kompyuter ko saka namatay.
nag-BLOO skrin lang ang kom-PYOO-ter ko sa-KA na-ma-TAY.

Do you have the battery for this laptop?
May baterya ba kayo para sa laptop na ito?
may ba-ter-YA ba ka-YO PA-ra sa LAP-tap na i-TO?

Where can I get a compatible adapter?
Saan ako pwede makabili ng compatible na adapter?
sa-AN a-KO PWE-de ma-KA-bi-li nang kom-PA-ti-bol na a-DAP-ter?

I can't get online with the information you gave me.
Hindi ako makapag-online gamit ang impormasyong binigay mo sa akin.
hin-DEE? a-KO ma-ka-pag-ON-layn GA-mit ang im-por-ma-SHONG bi-ni-GAY mo sa A-kin.

This keyboard is not working correctly.
Hindi gumagana nang maayos ang keyboard na ito.
hin-DEE? goo-ma-GA-na nang ma-A-yos ang KEE-bord na i-TO.

What is the login information for this computer?
Ano ang login information ng kompyuter na ito?
a-NO ang LAG-in in-for-MEY-shon nang kom-PYOO-ter na i-TO?

I need you to update my computer.
Kailangan kong ipa-update sa iyo ang kompyuter ko.
kay-LA-ngan kong i-pa-ap-DEYT sa i-YO ang kom-PYOO-ter ko.

Can you build my website?
Kaya mo bang gawin ang website ko?
KA-ya mo bang ga-WIN ang WEB-sayt ko?

I prefer Wordpress.
Mas gusto ko ang Wrodpress.
mas GOOS-to ko ang WORD-pres.

What are your rates per hour?
Magkano ang singil mo kada oras?
mag-KA-no ang si-NGIL mo KA-da O-ras?

Do you have experience handling email servers?
May karanasan ka ba sa paghawak ng email servers?
may ka-ra-na-SAN ka ba sa pag-HA-wak nang EE-meyl ser-VERS?

I am locked out of my account, can you help?
Na-lock out ako sa account ko, pwede mo ba akong tulungan?
na-LAK awt a-KO sa a-KAWNT ko, PWE-de mo ba a-KONG too-LOO-ngan?

None of the emails I am sending are going through.
Walang pumapasok sa mga pinapadala kong email.
wa-LANG poo-ma-PA-sok sa ma-NGA pi-NA-pa-da-la kong EE-meyl.

The time and date on my computer are wrong.
Mali ang oras at petsa sa aking kompyuter.
ma-LI? ang O-ras at PE-cha sa A-king kom-PYOO-ter.

Is this game free to play?
Libre ba ang larong ito?
li-BRE ba ang la-RONG i-TO?

Where do I go to download the client?
Saan ko pwede i-download ang kliyente?
sa-AN ko PWE-de i-DAWN-lowd ang kli-YEN-te?

I am having troubles chatting with my family.
Nagkakaproblema ako sa pakikipag-chat sa aking pamilya.
nag-ka-ka-prob-LE-ma a-KO sa pa-ki-ki-pag-CHAT sa A-king pa-MIL-ya.

Is this the fastest computer here?
Ito ba ang pinakamabilis na kompyuter dito?
i-TO ba ang pi-na-ka-ma-bi-LIS na kom-PYOO-ter DEE-to?

How much space is on the computer?
Gaano kalaki ang space ng kompyuter?
ga-A-no ka-la-KI ang speys nang kom-PYOO-ter?

Will my profile be deleted once I log out? Or does it save?
Mabubura ba ang profile ko pagka-log out o ma-se-save?
ma-BOO-boo-ra ba ang PRO-fayl ko pag-ka-lag-AWT o ma-se-SEYV?

How much do you charge for computer use?
Magkano ang singil sa paggamit ng kompyuter?
mag-KA-no ang si-NGIL sa pag-GA-mit nang kom-PYOO-ter?

Are group discounts offered?
Meron bang group discounts?
ME-ron bang grup dis-KAWNTS?

Can I use my own headphones with your computer?
Pwede ko bang gamitin ang sarili kong headphones sa kompyuter mo?
PWE-de ko bang ga-MEE-tin ang sa-REE-li kong hed-FOWNS sa kom-PYOO-ter mo?

Do you have a data cap?
Meron ka bang data cap?
ME-ron ka bang DEY-ta kap?

I think this computer has a virus.
Sa tingin ko may virus ang kompyuter na ito.
sa ti-NGIN ko may VAY-roos ang kom-PYOO-ter na i-TO.

The battery for my laptop is running low.
Malapit nang maubos ang baterya ng aking laptop.
ma-LA-pit nang ma-OO-bos ang ba-ter-YA nang A-king LAP-tap.

Where can I plug this in? I need to recharge my device.
Saan ko ito pwede isaksak? Kailangan ko i-charge ang device ko.
sa-AN ko i-TO PWE-de i-sak-SAK? kay-LA-ngan ko i-CHARJ ang de-VAYS ko.

Do you have a mini-USB cord?
Meron ka bang cord ng mini-USB?
ME-ron ka bang kord nang MEE-ni yoo-es-BEE?

Where can I go to watch the game?
Saan ko pwede panoorin ang laro?
sa-AN ko PWE-de pa-no-O-rin ang la-RO?

Do you have an iPhone charger?
May iPhone charger ka?
may AY-fown CHAR-jer ka?

I need a new battery for my watch.
Kailangan ko ng bagong baterya para sa relo ko.
kay-LA-ngan ko nang BA-gong ba-ter-YA PA-ra sa re-LO ko.

I need to borrow an HDMI cord.
Kailangan kong manghiram ng HDMI cord.
kay-LA-ngan kong mang-hi-RAM nang eych-dee-em-ay kord.

What happens when I exceed the data cap?
Anong mangyayari kapag sumobra ako sa data cap?
a-NONG mang-ya-YA-ri ka-PAG soo-MOB-ra a-KO sa DEY-ta kap?

Can you help me pair my Bluetooth device?
Pwede mo ba akong tulungan i-pair ang bluetooth device ko?
PWE-de mo ba a-KONG too-LOO-ngan i-PEYR ang BLOO-toot de-VAYS ko?

I need a longer ethernet cord.
Kailangan ko ng mas mahabang ethernet cord.
kay-LA-ngan ko nang mas ma-HA-bang E-ter-net kord.

Why is this website restricted?
Bakit naka-block ang website na ito?
BA-kit na-ka-BLAK ang WEB-sayt na i-TO?

How can I unblock this website?
Paano ko ia-unblock ang website na ito?
pa-A-no ko i-a-an-BLAK ang WEB-sayt na i-TO?

Is that television 4k or higher?
4k ba ang telebisyon na ito o mas mataas pa?
for-KEY ba ang te-le-bi-SHON na i-TO o mas ma-ta-AS pa ?

Do you have the Office suite on this computer?
May Microsoft Office ba sa kompyuter na ito?
may MAY-kro-soft O-fis ba sa kom-PYOO-ter na i-TO?

This application won't install on my device.
Ayaw mag-install ng application na ito sa device ko.
A-yaw mag-in-STOL nang ap-li-KEY-shon na i-TO sa de-VAYS ko.

Can you change the channel on the television?
Pwede mo bang palitan ang channel ng telebisyon?
PWE-de mo bang pa-li-TAN ang CHA-nel nang te-le-bi-SHON?

I think a fuse blew.
Parang may sumabog na fuse.
PA-rang may soo-MA-bog na fyoos.

The screen is black and won't come on.
Itim ang screen at ayaw bumukas.
i-TIM ang skrin at A-yaw boo-moo-KAS.

I keep getting pop-ups on every website.
Kada website ay may pop-ups.
KA-da WEB-sayt ay may PAP-aps.

This computer is moving much slower than it should.
Masyadong mabagal ang kompyuter na ito kaysa normal.
ma-SHA-dong ma-BA-gal ang kom-PYOO-ter na i-TO KAY-sa nor-MAL.

I need to reactivate my copy of Windows.
Kailangan kong i-reactivate ang kopya ko ng Windows.
kay-LA-ngan kong i-re-AK-ti-veyt ang KOP-ya ko nang WIN-dows.

Why is this website blocked on my laptop?
Bakit naka-block ang website na ito sa laptop ko?
BA-kit na-ka-BLAK ang WEB-sayt na i-TO sa LAP-tap ko?

Can you show me how to download videos to my computer?
Pwede mo bang ipakita sa akin paano magdownload ng videos sa kompyuter ko?
PWE-de mo bang i-pa-KEE-ta sa A-kin pa-A-no mag-DOWN-lowd nang VI-dyows sa kom-PYOO-ter ko?

Can I insert a flash drive into this computer?
Pwede ko bang pasukan ng flash drive itong kompyuter?
PWE-de ko bang pa-SOO-kan nang flash drayv i-TONG kom-PYOO-ter?

I want to change computers.
Gusto ko magpalit ng computer.
goos-TO ko mag-pa-LIT nang kom-PYOO-ter.

Is Chrome the only browser I can use with this computer?
Chrome lang ba ang pwede kong gamitin na browser sa kompyuter na ito?
krowm lang ba ang PWE-de kong ga-MEE-tin na BRAW-ser sa kom-PYOO-ter na i-TO?

Do you track my usage on any of these devices?
Nata-track mo ba ang paggamit ko ng alinman sa devices ko?
na-ta-TRAK mo ba ang pag-GA-mit ko nang a-lin-MAN sa de-VAY-ses ko?

CONVERSATION TIPS

Pardon me.
Paki-ulit?
pa-ki-OO-lit?

Please speak more slowly.
Pakibagalan ang pagsasalita.
pa-ki-ba-GA-lan ang pag-SA-sa-li-TA?.

I don't understand.
Hindi ko naiintindihan.
hin-DEE? ko na-i-in-TIN-di-han.

Can you say that more clearly?
Pakilinawan ang sinabi mo?
pa-ki-li-NA-wan ang si-NA-bi mo?

I don't speak Spanish very well.
Hindi ako magaling mag-Espanyol.
hin-DEE? a-KO ma-ga-LING mag-ES-pan-yol.

Can you please translate that to English for me?
Pwedeng paki-translate sa Ingles para sa akin?
PWE-deng pa-ki-trans-LEYT sa ing-GLES PA-ra sa A-kin?

Let's talk over there where it is quieter.
Doon tayo mag-usap kung saan mas tahimik.
do-ON TA-yo mag-OO-sap koong sa-AN mas ta-HI-mik.

Sit down over there.
Maupo ka roon.
ma-oo-PO? ka ro-ON.

May I?
Pwede?
PWE-de?

I am from America.
Ako ay taga-Amerika.
a-KO ay ta-ga-a-ME-ri-ka.

Am I talking too much?
Masyado ba akong madaldal?
ma-SHA-do ba a-KONG ma-dal-DAL?

I speak your language badly.
Hindi ako magaling sa wika niyo.
hin-DEE? a-KO ma-ga-LING sa WEE-ka nyo.

Am I saying that word correctly?
Tama ba ang pagkakasabi ko ng salitang iyon?
TA-ma ba ang pag-ka-ka-SA-bi ko nang sa-li-TANG i-YON?

You speak English very well.
Ang galing mong mag-Ingles.
ang ga-LING mong mag-ing-GLES.

This is my first time in your lovely country.
Unang beses ko ito sa maganda niyong bansa.
OO-nang BE-ses ko i-TO sa ma-gan-DA nyong ban-SA?

Write that information down on this piece of paper.
Isulat mo ang impormasyong iyan sa papel na ito.
i-SOO-lat mo ang im-por-ma-SHONG i-YAN sa pa-PEL na i-TO.

Do you understand?
Naiintindihan mo ba?
na-i-in-tin-di-HAN mo ba?

How do you pronounce that word?
Paano bigkasin ang salitang iyon?
pa-A-no big-ka-SIN ang sa-li-TANG i-YON?

Is this how you write this word?
Ganito ba ang pagsulat ng salitang ito?
ga-ni-TO ba ang pag-SOO-lat nang sa-li-TANG i-TO?

Can you give me an example?
Pwede mo ba akong bigyan ng halimbawa?
PWE-de mo ba a-KONG big-YAN nang ha-lim-BA-wa?

Wait a moment, please.
Sandali lang, pakiusap.
San-da-LEE lang, pa-ki-OO-sap.

If there is anything you want, tell me.
Kung meron kang gustong sabihin sa akin, sabihin mo na.
koong ME-ron kang goos-TONG sa-BEE-hin sa A-kin, sa-BEE-hin mo na.

I don't want to bother you anymore, so I will go.
Ayoko nang istorbohin ka pa, kaya aalis na ako.
a-YO-ko nang is-TOR-bo-hin ka pa, ka-YA? a-a-LIS na a-ko.

Please take care of yourself.
paki-ingatan mo ang iyong sarili.
pa-kee-i-NGA-tan mo ang i-YONG sa-REE-li.

When you arrive, let us know.
Ipaalam niyo kaagad sa amin ang pagdating niyo.
i-pa-a-LAM nyo ka-a-GAD sa A-min ang pag-da-TING nyo.

DATE NIGHT

What is your telephone number?
Anong number mo?
a-NONG NAM-ber mo?

I'll call you for the next date.
Tatawagan kita para sa susunod na date.
ta-ta-WA-gan ki-TA PA-ra sa SOO-soo-nod na deyt.

I had a good time, can't wait to see you again.
Nag-enjoy ako, hindi na ako makapaghintay sa susunod.
nag-en-JOY a-KO, hin-DEEʔ na a-KO ma-ka-pag-hin-TAY sa SOO-soo-nod.

I'll pay for dinner tonight.
Ako na ang magbabayad ng hapunan ngayong gabi.
a-KO na ang mag-ba-BA-yad nang ha-POO-nan nga-YONG ga-BI.

Dinner at my place?
Hapunan sa bahay ko?
ha-POO-nan sa BA-hay ko?

I don't think we should see each other anymore.
Siguro ay hindi na tayo dapat pang magkita ulit.
si-GOO-ro ay hin-DEEʔ na TA-yo DA-pat pang mag-KEE-taʔ oo-LIT.

I'm afraid this will be the last time we see each other.
Sa tingin ko ay ito na ang huling beses na magkikita tayo.
sa ti-NGIN ko ay i-TO na ang hoo-LING BE-ses na mag-ki-KEE-taʔ TA-yo.

You look fantastic.
Ang ganda/gwapo mo ngayon.
ang gan-DA/GWA-po mo nga-YON.
*ganda for females (beautiful)
*gwapo for males (handsome)

Would you like to dance with me?
Gusto mo bang sumayaw kasama ako?
goos-TO mo bang soo-ma-YAW ka-SA-ma a-KO?

Are there any 3D cinemas in this city?
Meron bang 3D na sinehan dito?
ME-ron bang tree-dee na si-ne-HAN DEE-to?

We should walk along the beach.
Maglakad tayo sa may dagat.
mag-la-KAD TA-yo sa may DA-gat.

I hope you like my car.
Sana ay nagustuhan mo ang kotse ko.
SA-na ay na-goos-too-HAN mo ang KO-che ko.

What movies are playing today?
Anong mga palabas sa sinehan ngayon?
a-NONG ma-NGA pa-la-BAS sa si-ne-HAN nga-YON?

I've seen this film, but I wouldn't mind watching it again.
Napanood ko na ang pelikulang ito, pero ayos lang na mapanood ko ulit.
na-pa-no-OD ko na ang pe-LEE-koo-lang i-TO, PE-ro A-yos lang na ma-pa-no-OD ko oo-LIT.

Do you know how to do the salsa?
Alam mo ba kung paano mag-salsa?
a-LAM mo ba koong pa-A-no mag-sal-SA?

We can dance all night.
Pwede tayong sumayaw buong gabi.
PWE-de TA-yong soo-ma-YAW boo-ONG ga-BI.

I have some friends that will be joining us tonight.
Meron akong mga kaibigan na sasama sa atin ngayong gabi.
ME-ron a-KONG ma-NGA ka-i-BEE-gan na sa-SA-ma sa A-tin nga-YONG ga-BI.

Is this a musical or a regular concert?
Musical ba ito o regular na concert?
MYOO-si-kal ba i-TO o RE-goo-lar na KON-sert?

Did you get VIP tickets?
Nakakuha ka ba ng mga VIP na tiket?
na-ka-KOO-ha ka ba nang ma-NGA vee-ay-pee na TEE-ket?

I'm going to have to cancel on you tonight. Maybe another time?
Pasensya na pero hindi ako pwede ngayong gabi. Sa susunod na lang?
pa-SEN-sha na PE-ro hin-DEE? a-KO PWE-de nga-YONG ga-BI. sa SOO-soo-nod na lang?

If you want, we can go to your place.
Kung gusto mo, pwede tayong pumunta sa bahay mo.
koong goos-TO mo, PWE-de TA-yong poo-moon-TA sa BA-hay mo.

I'll pick you up tonight.
Susunduin kita mamayang gabi.
soo-soon-doo-IN ki-TA MA-ma-yang ga-BI.

This one is for you!
Para sa iyo ito!
PA-ra sa i-YO i-TO!

What time does the party start?
Anong oras magsisimula ang party?
a-NONG O-ras mag-si-si-moo-LA ang PAR-ti?

Will it end on time or will you have to leave early?
Matatapos ba ito sa oras o aalis ka na lang nang maaga?
ma-ta-TA-pos ba i-TO sa O-ras o a-a-LIS ka na lang nang ma-A-ga?

Did you like your gift?
Nagustuhan mo ba ang regalo mo?
na-goos-too-HAN mo ba ang re-GA-lo mo?

I want to invite you to watch a movie with me tonight.
Gusto sana kitang imbitahin na manood ng sine kasama ko ngayong gabi.
goos-TO SA-na ki-TANG im-bi-TA-hin na ma-no-OD nang SEE-ne ka-SA-ma ko nga-YONG ga-BI.

Do you want anything to drink?
Gusto mo ba ng maiinom?
goos-TO mo ba nang ma-i-i-NOM?

I am twenty-six years old.
Ako ay dalawampu't anim na taong gulang.
a-KO ay da-la-wam-poot-A-nim na ta-ONG GOO-lang.

You're invited to a small party I'm having at my house.
Imbitado ka sa maliit na salu-salo sa aking bahay.
im-bi-TA-do ko sa ma-li-IT na sa-lu-SA-lo sa A-king BA-hay.

I love you.
Mahal kita.
ma-HAL ki-TA.

We should go to the arcade.
Punta tayo sa arcade.
poon-TA TA-yo sa AR-keyd.

Have you ever played this game before?
Nalaro mo na ba itong laro na ito dati?
na-la-RO mo na ba i-TONG la-RO na i-TO DA-ti?

Going on this ferry would be really romantic.
Romantiko talaga kapag sumakay ng ferryng ito.
ro-MAN-ti-ko ta-la-GA ka-PAG soo-ma-KAY nang FE-ring i-TO.

How about a candlelight dinner?
Kung candlelight dinner?
koong kan-del-LAYT DEE-ner?

Let's dance and sing!
Sumayaw at kumanta tayo!
soo-ma-YAW at koo-man-TA TA-yo!

Will you marry me?
Pakakasalan mo ba ako?
pa-ka-ka-sa-LAN mo ba A-ko?

Set the table, please.
Maghain ka na, pakiusap.
mag-HA-in ka na, pa-ki-OO-sap.

Here are the dishes and the glasses.
Heto ang mga pinggan at baso.
HE-to ang ma-NGA ping-GAN at BA-so.

Where is the cutlery?
Nasaan ang mga kutsara't tinidor?
NA-sa-an ang ma-NGA koo-CHA-rat ti-ni-DOR?

May I hold your hand?
Pwede ko bang hawakan ang iyong kamay?
PWE-de ko bang ha-WA-kan ang i-YONG ka-MAY?

Let me get that for you.
Ako na ang kukuha para sa iyo.
a-KO na ang koo-KOO-ha? PA-ra sa i-YO.

I think our song is playing!
Parang kanta natin ang tumutugtog!
PA-rang kan-TA NA-tin ang too-MOO-toog-TOG!

Let's make a wish together.
Sabay tayong humiling.
sa-BAY TA-yong hoo-mi-LING.

Is there anything that you want from me?
Meron ka bang gusto galing sa akin?
ME-ron ka bang goos-TO GA-ling sa A-kin?

There is nowhere I would rather be than right here with you.
Wala akong ibang gustong puntahan kundi sa tabi mo lang.
wa-LA a-KONG i-BANG goos-TONG poon-ta-HAN koon-DI? sa ta-BI mo lang.

I'll give you a ride back to your place.
Ihahatid na kita pabalik sa inyo.
i-HA-ha-tid na ki-TA pa-ba-LIK sa in-YO.

Would you like me to hold your purse?
Gusto mo bang hawakan ko ang bag mo?
goos-TO mo bang ha-WA-kan ko ang bag mo?

Let's pray before we eat our meal.
Magdasal muna tayo bago kumain.
mag-da-SAL MOO-na TA-yo BA-go koo-MA-in.

Do you need a napkin?
Kailangan mo ba ng tissue?
kay-LA-ngan mo ba nang TEE-shoo?

I'm thirsty.
Nauuhaw ako.
na-OO-oo-haw a-KO.

I hope you enjoy your meal.
Sana magustuhan mo ang pagkain.
SA-na ma-goos-too-HAN mo ang pag-KA-in.

I need to add more salt to the salt shaker.
Kailangan kong magdagdag sa lalagyan ng asin.
kay-LA-ngan kong mag-dag-DAG sa la-lag-YAN nang A-sin.

We should get married!
Magpakasal na tayo!
mag-pa-ka-SAL na TA-yo!

How old are you?
Ilang taon ka na?
i-LANG ta-ON ka na?

Will you dream of me?
Kasama kaya ako sa panaginip mo?
ka-SA-ma ka-YA a-KO sa pa-na-GEE-nip mo?

Thank you very much for the wonderful date last night.
Maraming salamat sa masayang date kagabi.
ma-RA-ming sa-LA-mat sa ma-sa-YANG deyt ka-ga-BI.

Would you like to come to a party this weekend?
Gusto mo bang pumunta sa isang party ngayong weekend?
goos-TO mo bang poo-moon-TA sa i-SANG PAR-ti nga-YONG week-END?

This Saturday night, right?
Sa Sabado ng gabi, no?
sa SA-ba-do nang ga-BI, no?

I will be lonely without you.
Malulungkot ako kapag wala ka.
ma-LOO-loong-kot a-KO ka-PAG WA-la? ka.

Please stay the night.
Dito ka na lang ngayong gabi.
DEE-to ka na lang nga-YONG ga-BI.

I like your fragrance.
Gusto ko ang pabango mo.
goos-TO ko ang pa-ba-NGO mo.

That is a beautiful outfit you're wearing.
Ang ganda ng suot mo.
ang gan-DA nang soo-OT mo.

You look beautiful.
Ang ganda mo.
ang gan-DA mo.

Let me help you out of the car.
Tulungan na kita bumaba ng kotse.
too-LOO-ngan na ki-TA boo-ma-BA? nang KO-che.

Sarah, will you come with me to dinner?
Sarah, gusto mo bang maghapunan kasama ako?
SA-ra, goos-TO mo bang mag-ha-POO-nan ka-SA-ma a-KO?

I would like to ask you out on a date.
Gusto sana kitang yayain makipag-date.
goos-TO SA-na ki-TANG ya-YA-in ma-ki-pag-DEYT.

Are you free tonight?
May gagawin ka ba mamayang gabi?
may GA-ga-win ka ba MA-ma-yang ga-BI?

This is my phone number. Call me anytime.
Ito ang number ko. Tawagan mo ako kahit anong oras.
i-TO ang NAM-ber ko. ta-WA-gan mo a-KO KA-hit a-NONG O-ras.

Can I hug you?
Pwede ba kitang yakapin?
PWE-de ba ki-TANG ya-KA-pin?

Would you like to sing karaoke?
Gusto mo bang mag-karaoke?
goos-TO mo bang mag-ka-ra-O-ke?

What kind of song would you like to sing?
Anong mga gusto mong kinakanta?
a-NONG ma-NGA goos-to mong ki-na-kan-TA?

Have you ever sung this song before?
Nakanta mo na ba ang kantang ito dati?
na-kan-TA mo na ba ang kan-TANG i-TO DA-ti?

We can sing it together.
Pwede tayong mag-duet.
PWE-de TA-yong mag-JOO-wet.

Can I kiss you?
Pwede ba kitang halikan?
PWE-de ba ki-TANG ha-li-KAN?

Are you cold?
Nilalamig ka ba?
ni-LA-la-mig ka ba?

We can stay out as late as you want.
Pwede tayong magpagabi hanggang gusto mo.
PWE-de TA-yong mag-pa-ga-BI hang-GANG goos-TO mo.

Please, dinner is on me.
Pakiusap, ako na sa hapunan.
pa-ki-OO-sap, a-KO na sa ha-POO-nan.

Shall we split the bill?
Hatiin natin ang bill?
ha-TI-in NA-tin ang bil?

We should spend more time together.
Dapat dalasan natin ang pagkikita
DA-pat da-la-SAN NA-tin ang pag-ki-KEE-ta?.

We should walk the town tonight.
Maglakad-lakad tayo sa bayan ngayong gabi.
mag-la-KAD-la-KAD TA-yo sa BA-yan nga-YONG ga-BI.

Did you enjoy everything?
Nasiyahan ka ba sa lahat?
na-si-ya-HAN ka ba sa la-HAT?

MONEY AND SHOPPING

May I try this on?
PWede ko bang isukat ito?
PWE-de ko bang i-SOO-kat i-TO?

How much does this cost?
Magkano ito?
mag-KA-no i-TO?

Do I sign here or here?
Dito ba ako pipirma o dito?
DEE-to ba a-KO pi-pir-MA o DEE-to?

Is that your final price?
Wala na bang tawad?
wa-LA na bang TA-wad?

Where do I find toiletries?
Saan ko makikita ang mga toiletries?
sa-AN ko ma-ki-KEE-ta ang ma-NGA toy-let-RIS?

Would you be willing to take five dollars for this item?
Pwede na ba ang limang dolyar para dito?
PWE-de na ba ang li-MANG dol-YAR PA-ra DEE-to?

I can't afford it at that price.
Hindi ko kayang bayaran sa ganyang presyo.
hin-DEE? ko KA-yang ba-YA-ran sa gan-YANG PRE-sho.

I can find this cheaper somewhere else.
Meron pa akong mahahanap na mas murang ganito.
ME-ron pa a-KONG ma-ha-HA-nap na mas MOO-rang ga-ni-TO.

Is there a way we can haggle on price?
Pwede pa bang tumawad?
PWE-de pa bang too-MA-wad?

How many of these have been sold today?
Ilan na ang nabentang ganito ngayong araw?
i-LAN na ang na-BEN-tang ga-ni-TO nga-YONG A-raw?

Can you wrap that up as a gift?
Pwede ba iyang i-gift wrap?
PWE-de ba i-yang i-gift rap?

Do you provide personalized letters?
Meron ba kayong mga personalized letters?
ME-ron ba ka-YONG PER-so-na-laysd LE-ters?

I would like this to be specially delivered to my hotel.
Gusto ko itong espesyal na ipadeliver sa hotel ko.
goos-to ko i-TONG es-pes-YAL na i-pa-de-LEE-ver sa ho-TEL ko.

Can you help me, please?
Pwede mo ba akong tulungan?
PWE-de mo ba a-KONG too-LOO-ngan?

We should go shopping at the market.
Mamalengke tayo.
ma-ma-LENG-ke TA-yo.

Are you keeping track of the clothes that fit me?
Nasusundan mo ba kung anu-ano ang mga kasyang damit sa akin?
na-SOO-soon-dan mo ba koong a-NU a-NO ang ma-NGA KA-shang da-MIT sa A-kin?

Can I have one size up?
May mas malaki pa ba dito?
may mas ma-la-KI pa ba DEE-to?

How many bathrooms does the apartment have?
Ilang banyo meron ang apartment?
i-lang BAN-yo ME-ron ang a-PART-ment?

Where's the kitchen?
Nasaan ang kusina?
NA-sa-an ang koo-SEE-na?

Does this apartment have a gas or electric stove?
Meron bang gas o electric stove ang apartment na ito?
ME-ron bang gas o e-LEK-trik stowv ang a-PART-ment na i-TO?

Is there a spacious backyard?
Meron bang maluwag na bakuran?
ME-ron bang ma-loo-WAG na ba-KOO-ran?

How much is the down payment?
Magkano ang down payment?
mag-KA-no ang dawn PEY-ment?

I'm looking for a furnished apartment.
Ang hanap ko ay furnished apartment.
ang HA-nap ko ay FER-nishd a-PART-ment.

I need a two-bedroom apartment to rent.
Kailangan ko ng marerentahang apartment na may dalawang kwarto.
Kay-LA-ngan ko nang ma-re-REN-ta-hang a-PART-ment na may da-la-WANG KWAR-to.

I'm looking for an apartment with utilities paid.
Ang hanap ko ay apartment na kasama na ang utilities sa bayad.
ang HA-nap ko ay a-PART-ment na ka-SA-ma na ang yoo-TEE-li-tis sa BA-yad.

The carpet in this apartment needs to be pulled up.
Kailangan maiangat ang karpet sa apartment na ito.
kay-LA-ngan ma-i-a-NGAT ang kar-PET sa a-PART-ment na i-TO.

I need you to come down on the price of this apartment.
Kailangan ko ng mas mababa pang presyo para sa apartment na ito.
kay-LA-ngan ko nang mas ma-BA-ba? pang PRE-sho PA-ra sa a-PART-ment na i-TO.

Will I be sharing this place with other people?
Meron ba akong kahati na ibang tao dito?
ME-ron ba a-KONG ka-HA-ti? na i-BANG TA-o DEE-to?

How do you work the fireplace?
Paano gamitin ang fireplace?
pa-A-no ga-MEE-tin ang FAYR-pleys?

Are there any curfew rules attached to this apartment?
Meron bang tuntunin ng curfew sa apartment na ito?
ME-ron bang toon-TOO-neen ng KER-fyoo sa a-PART-ment na i-TO?

How long is the lease for this place?
Gaano katagal ang renta sa lugar na ito?
ga-A-no ka-ta-GAL ang REN-ta sa loo-GAR na i-TO?

Do you gamble?
Nagsusugal ka ba?
nag-SOO-soo-gal ka ba?

We should go to a casino.
Mag-casino tayo.
mag-ka-SEE-no TA-yo.

There is really good horse racing in this area.
Meron magandang karerahan ng kabayo dito.
ME-ron ma-gan-DANG KA-re-ra-han nang ka-BA-yo DEE-to.

Do you have your ID so that we can go gambling?
Meron ka bang dalang ID para makapagsugal tayo?
ME-ron ka bang da-LANG ay-DEE PA-ra ma-ka-pag-soo-GAL TA-yo?

Who did you bet on?
Kanino ka pumusta?
ka-NEE-no ka poo-moos-TA?

I am calling about the apartment that you placed in the ad.
Gusto ko lang sana magtanong tungkol sa apartment na nilagay mo sa ad.
goos-TO ko lang SA-na mag-ta-NONG toong-KOL sa a-PART-ment na ni-la-GAY mo sa ad.

How much did you bet?
Magkano ang ipinusta mo?
mag-KA-no ang i-pi-noos-TA mo?

We should go running with the bulls!
Sumali tayo sa takbuhan ng mga toro!
soo-MA-li TA-yo sa tak-BOO-han nang ma-NGA TO-ro!

Is Adele coming to sing at this venue tonight?
Kakanta ba si Adele dito ngayong gabi?
KA-kan-ta ba si a-DEL DEE-to nga-YONG ga-BI?

How much is the item you have in the window?
Magkano iyong naka-display?
mag-KA-no i-yong na-ka-dis-PLEY?

107

Do you have payment plans?
Meron ba kayong payment plans?
ME-ron ba ka-YONG pay-MENT plans?

Do these two items come together?
Magkasama ba ang dalawang ito?
mag-ka-SA-ma ba ang da-la-WANG i-TO?

Are these parts cheaply made?
Mura lang ba ang pagkakagawa ng mga parteng ito?
MOO-ra lang ba ang pag-ka-KA-ga-wa nang ma-NGA par-TENG i-TO?

This is a huge bargain!
Mura na ito!
MOO-ra na i-TO!

I like this. How does three hundred dollars sound?
Gusto ko ito. Tama na ba ang tatlong daang dolyar?
goos-TO ko i-TO. TA-ma na ba ang tat-LONG da-ANG dol-YAR?

Two hundred is all I can offer. That is my final price.
Hanggang dalawang daan lang ang kaya ko. Iyan ang huling presyo ko.
hang-GANG da-la-WANG da-AN lang ang KA-ya ko. i-YAN ang hoo-LING PRE-sho ko.

Do you have cheaper versions of this item?
Meron bang mas murang ganito?
ME-ron bang mas MOO-rang ga-ni-TO?

Do you have the same item with a different pattern?
Meron bang kapareho nito pero ibang pattern?
ME-ron bang ka-pa-RE-ho ni-TO PE-ro i-BANG PA-tern?

How much is this worth?
Magkano ito?
mag-KA-no i-TO?

Can you pack this up and send it to my address on file?
Pwede mo ba itong ibalot at ipadala sa nakalista kong address?
PWE-de mo ba i-TONG i-BA-lot at i-pa-da-LA sa na-ka-lis-TA kong A-dres?

Does it fit?
Kasya ba?
KA-sha ba?

They are too big for me.
Masyadong malaki para sa akin.
ma-SHA-dong ma-la-KI PA-ra sa A-kin.

Please find me another but in the same size.
Pakihanap naman ako ng iba pero sa parehong sukat.
pa-ki-HA-nap na-MAN a-KO nang i-BA PE-ro sa pa-RE-hong SOO-kat.

It fits, but is tight around my waist.
Kasya naman, pero medyo masikip sa may bewang ko.
KA-sha na-MAN, PE-ro ME-jo ma-si-KIP sa may BE-wang ko.

Can I have one size down?
May mas maliit pa nito?
may mas ma-li-IT pa ni-TO?

Size twenty, American.
Size twenty, US.
sayz TWEN-tee, yoo-ES.

Do you sell appliances for the home?
Nagbebenta ba kayo ng appliances para sa bahay?
nag-be-BEN-ta ba ka-YO nang a-PLA-yan-ses PA-ra sa BA-hay?

Not now, thank you.
Hindi muna, salamat.
hin-DEE? moo-NA, sa-LA-mat.

I'm looking for something special.
Naghahanap ako ng kakaiba.
nag-HA-ha-nap a-KO nang ka-ka-i-BA.

I'll call you when I need you.
Tatawagin na lang kita kapag may kailangan ako.
ta-ta-WA-gin na lang ki-TA ka-PAG may kay-LA-ngan a-KO.

Do you have this in my size?
Meron ba nito sa size ko?
ME-ron ba ni-TO sa sayz ko?

On which floor can I find cologne?
Aling floor ang merong mga pabango?
a-LING flor ang ME-rong ma-NGA pa-ba-NGO?

Where is the entrance?
Saan ang pasukan?
sa-AN ang pa-soo-KAN?

Do I exit from that door?
Sa pintong iyon ba ako dapat lumabas?
sa pin-TONG i-YON ba a-KO DA-pat loo-ma-BAS?

Where is the elevator?
Saan ang elevator?
sa-AN ang e-le-VEY-tor?

Do I push or pull to get this door open?
Patulak ba o pahila ang pagbukas nitong pinto?
pa-too-lak BA o pa-hi-LA? ang PAG-boo-kas ni-TONG pin-TO??

I already have that, thanks.
Meron na ako niyan, salamat.
ME-ron na a-KO ni-YAN, sa-LA-mat.

Where can I try this on?
Saan ko ito pwedeng isukat?
sa-AN ko i-TO PWE-deng i-SOO-kat?

This mattress is very soft.
Napakalambot ng kutson na ito.
na-pa-ka-lam-bot nang koo-CHON na i-TO.

What is a good place for birthday gifts?
Saan magandang bumili ng panregalo sa birthday?
sa-AN ma-gan-DANG boo-mi-LI nang pan-re-GA-lo sa BIRT-dey?

I'm just looking, but thank you.
Tumitingin-tingin lang ako, pero salamat.
too-MEE-ti-ngeen-ti-ngeen lang a-KO, PE-ro sa-LA-mat.

Yes, I will call you when I need you, thank you.
Oo, tatawagin na lang kita kapag kailangan kita, salamat.
o-O, ta-ta-WA-gin na lang ki-TA ka-PAG kay-LA-ngan ki-TA, sa-LA-mat.

Do you accept returns?
Pwede bang magsauli?
PWE-de bang mag-sa-OO-li?

Here is my card and receipt for the return.
Ito ang card ko at resibo para sa pagsasauli.
i-to ang kard ko at re-SEE-bo PA-ra sa pag-sa-sa-OO-li.

Where are the ladies' clothes?
Saan ang mga damit pambabae?
sa-AN ang ma-NGA da-MIT pam-ba-BA-e?

What sizes are available for this item?
Anong mga size ang meron para dito?
a-NONG ma-nga sayz ang ME-ron PA-ra DEE-to?

Is there an ATM machine nearby?
Meron bang malapit na ATM?
ME-ron bang ma-LA-pit na ey-ti-em?

What forms of payment do you accept?
Anong mga uri ng pambayad ang tinatanggap niyo?
a-NONG ma-nga OO-ri nang pam-BA-yad ang ti-NA-tang-gap nyo?

That doesn't interest me.
Hindi ko gusto iyan.
hin-DEE? ko goos-TO i-YAN.

I don't like it, but thank you.
Hindi ko ito gusto, pero salamat.
hin-DEE? ko i-TO goos-TO, PE-ro sa-LA-mat.

Do you take American dollars?
Tumatanggap ba kayo ng US dollars?
too-MA-tang-gap ba ka-YO nang YOO-es DA-lars?

Can you make changes for me?
Pwede pa bang magpabago?
PWE-de pa bang mag-pa-BA-go?

What is the closest place to get change for my money?
Saan pinakamalapit na pwedeng magpabarya?
sa-AN pi-na-ka-ma-LA-pit na PWE-deng mag-pa-bar-YA?

Are traveler's checks able to be changed here?
Pwede ba magpapalit ng traveler's checks dito?
PWE-de ba mag-pa-pa-LIT nang TRA-ve-lers checks DEE-to?

What is the current exchange rate?
Magkano ang palitan ngayon?
mag-KA-no ang pa-LEE-tan nga-YON?

What is the closest place to exchange money?
Saan ang pinakamalapit na palitan ng pera?
sa-AN ang pi-na-ka-ma-LA-pit na pa-LEE-tan nang PE-ra?

Do you need to borrow money? How much?
Kailangan mo bang manghiram ng pera? Magkano?
kay-LA-ngan mo bang mang-hi-RAM nang PE-ra? mag-KA-no?

Can this bank exchange my money?
Pwede bang magpapalit ng pera sa bangkong ito?
PWE-de bang mag-pa-pa-LIT nang PE-ra sa BANG-kong i-TO?

What is the exchange rate for the American dollar?
Ano ang exchange rate para sa US dollar?
a-NO ang eks-CHEYNJ reyt PA-ra sa YOO-es DA-lar?

Will you please exchange me fifty dollars?
Pwedeng magpapalit ng limampung dolyar?
PWE-deng mag-pa-pa-LIT nang li-MAM-poong dol-YAR?

I would like a receipt with that.
Gusto ko ng resibo niyan.
GUS-to ko nang re-SEE-bo nyan.

Your commission rate is too high.
Masyadong mahal ang commission rate niyo.
ma-SHA-dong ma-HAL ang ko-MEE-shon reyt nyo.

Does this bank have a lower commission rate?
May mas mababa bang commission rate ang bangkong ito?
may mas ma-BA-ba? bang ko-MEE-shon reyt ang BANG-kong i-TO?

Do you take cash?
Tumatanggap kayo ng cash?
too-ma-tang-GAP ka-YO nang kash?

Where can I exchange dollars?
Saan pwede magpapalit ng dolyar?
sa-AN PWE-de mag-pa-pa-LIT nang dol-YAR?

I want to exchange dollars for yen.
Gusto kong magpapalit ng dolyar sa yen.
goos-TO kong mag-pa-pa-LIT nang dol-YAR sa yen.

Do you take credit cards?
Tumatanggap ba kayo ng credit card?
too-MA-tang-GAP ba ka-YO nang KRE-dit kard?

Here is my credit card.
Heto ang aking credit card.
HE-to ang A-king KRE-dit kard.

One moment, let me check the receipt.
Sandali lang, titingnan ko lang ang resibo.
san-da-LI lang, TI-ting-nan ko lang ang re-SEE-bo.

Do I need to pay tax?
Kailangan ko bang magbayad ng buwis?
kay-LA-ngan ko bang mag-BA-yad nang bu-WIS?

How much is this item with tax?
Magkano ito kasama ang tax?
mag-KA-no i-TO ka-SA-ma ang taks?

Where is the cashier?
Saan ang cashier?
sa-AN ang KA-sheer?

Excuse me, I'm looking for a dress.
Excuse me, naghahanap ako ng bistida.
eks-KYOOS mi, nag-HA-ha-nap a-KO nang bis-TEE-da.

That's a lot for that dress.
Masyadong mahal ang presyo para sa bistidang iyan.
ma-SHA-dong ma-HAL ang PRE-sho PA-ra sa bis-TEE-dang i-YAN.

Sorry, but I don't want it.
Pasensya na, pero hindi ko iyan gusto.
pa-SEN-sha na, PE-ro hin-DEE? ko i-YAN goos-TO.

Okay I will take it.
Okay, kukunin ko na.
o-key, koo-KOO-nin ko na.

I'm not interested if you are going to sell it at that price.
Hindi ko bibilhin kung ibebenta mo sa ganyang presyo.
hin-DEE? ko bi-bil-HIN koong i-be-BEN-ta mo sa gan-YANG PRE-sho.

You are cheating me at the current price.
Dinadaya mo na ako sa ganyang presyo.
di-na-DA-ya mo na a-KO sa gan-YANG PRE-sho.

No thanks. I'll only take it if you lower the price by half.
Salamat na lang, pero kukunin ko lang ito kung ibabagsak mo sa kalahati
ang presyo.
*sa-LA-mat na lang, PE-ro koo-KOO-nin ko lang i-TO koong i-BA-bag-sak mo
sa ka-la-HA-ti ang PRE-sho.*

That is a good price, I'll take it.
Ayos ang presyong iyan. Kukunin ko na.
A-yos ang PRE-shong i-YAN. koo-KOO-nin ko na.

Do you sell souvenirs for tourists?
Nagbebenta ba kayo ng mga pasalubong para sa turista?
*nag-be-BEN-ta ba ka-YO nang ma-NGA pa-sa-LOO-bong PA-ra sa too-RIS-
ta?*

Can I have a bag for that?
Pwede ba itong isupot?
PWE-de ba i-TONG i-SOO-pot?

Is this the best bookstore in the city?
Ito ba ang pinakamagandang bookstore dito?
i-TO ba ang pi-na-ka-ma-gan-DANG buk-STOR DEE-to?

I would like to go to a game shop to buy comic books.
Gusto kong pumunta sa game shop para bumili ng komiks.
goos-TO kong poo-moon-TA sa geym shap PA-ra boo-mi-LI nang KO-miks.

Are you able to ship my products overseas?
Maipapadala niyo ba ang mga binili ko sa abroad?
ma-i-PA-pa-da-la nyo ba ang ma-nga bi-ni-LI ko sa ab-ROD?

CHILDREN AND PETS

Which classroom does my child attend?
Saan ang klasrum ng anak ko?
sa-AN ang KLAS-room nang a-NAK ko?

Is the report due before the weekend?
Kailangan bang ipasa ang report bago mag-weekend?
kay-LA-ngan bang i-PA-sa ang re-PORT BA-go mag-week-END?

I'm waiting for my mom to pick me up.
Hinihintay ko ang nanay ko na sunduin ako.
hi-ni-hin-TAY ko ang NA-nay ko na soon-doo-IN a-KO.

What time does the school bus run?
Anong oras ang takbo ng school bus?
a-NONG O-ras ang tak-BO nang skool bas?

I need to see the principal.
Gusto kong makausap ang principal.
goos-to kong ma-ka-OO-sap ang PRIN-si-pal.

I would like to report bullying.
Gusto kong mag-report ng kaso ng pambubully.
goos-TO kong mag-re-PORT nang KA-so nang pam-boo-BOO-li.

What are the leash laws in this area?
Ano ang leash laws sa lugar na ito?
a-no ang leesh los sa loo-GAR na i-TO?

Please keep your dog away from mine.
Pakilayo ang aso mo sa aso ko.
pa-ki-la-YO? ang A-so mo sa A-so ko.

My dog doesn't bite.
Hindi nangangagat ang aso ko.
hin-DEE? na-NGA-nga-gat ang A-so ko.

I am allergic to cat hair.
Allergic ako sa balahibo ng pusa.
a-LER-jik a-KO sa ba-la-HEE-bo nang POO-sa?.

Don't leave the door open or the cat will run out!
Huwag mong iwanang bukas ang pinto, lalabas ang pusa!
hoo-WAG mong EE-wa-nang boo-KAS ang pin-TO?, LA-la-bas ang POO-sa?!

Have you fed the dog yet?
Pinakain mo na ba ang aso?
pi-na-KA-in mo na ba ang A-so?

We need to take the dog to the veterinarian.
Kailangan nating dalhin ang aso sa beterinaryo.
kay-LA-ngan NA-ting dal-HIN ang A-so sa be-te-ri-NAR-yo.

Are there any open roster spots on the team?
Meron pa bang bakante sa team?
ME-ron pa bang ba-KAN-te sa teem?

My dog is depressed.
Depressed ang aso ko.
de-PRESD ang A-so ko.

Don't feed the dog table scraps.
Huwag mong pakainin ng mumu ang aso.
hoo-WAG mong pa-ka-EE-nin nang MOO-mo ang A-so.

Don't let the cat climb up on the furniture.
Huwag mong paakyatin ang pusa sa mga muwebles.
hoo-WAG mong pa-ak-ya-TIN ang POO-sa sa ma-NGA MWEB-les.

The dog is not allowed to sleep in the bed with you.
Hindi pwedeng matulog ang aso sa kama mo.
hin-DEE? PWE-deng ma-TOO-log ang A-so sa KA-ma mo.

There is dog poop on the floor. Clean it up.
May tae ang aso sa sahig. Linisin mo.
may TA-e ang A-so sa sa-HIG. li-NI-sin mo.

When was the last time you took the dog for a walk?
Kailan ang huling beses na nilakad mo ang aso?
kay-LAN ang hoo-LING BE-ses na ni-LA-kad mo ang A-so?

Are you an international student? How long are you attending?
International student ka ba? Gaano katagal ang pagdalo mo?
in-ter-NA-sho-nal STOO-dent ka ba? ga-A-no ka-ta-GAL ang pag-da-LO mo?

Are you a French student?
Estudyante ka ba galing Pransya?
es-too-JAN-te ka ba GA-ling PRAN-sha?

I am an American student that is here for the semester.
Isa akong estudyante galing Amerika. Isang semestre ako dito.
i-SA a-KONG es-too-JAN-te GA-ling a-ME-ri-KA. i-SANG se-MES-tre a-KO DEE-to.

Please memorize this information.
Pakisaulo ang impormasyong ito.
pa-ki-sa-OO-lo ang im-por-ma-SHONG i-TO.

This is my roommate Max.
Ito si Max, ang roommate ko.
i-TO si maks, ang ROOM-meyt ko.

Are these questions likely to appear on the exams?
Posible kayang lumabas ang mga tanong na ito sa test?
po-SIB-le ka-YANG loo-ma-BAS ang ma-NGA ta-NONG na i-TO sa test?

Teacher, say that once more, please.
Teacher, paki-ulit po.
TEE-cher, pa-ki-OO-lit po.

I didn't do well on the quiz.
Hindi naging maganda ang resulta ng quiz ko.
hin-DEE? na-GING ma-gan-DA ang re-SUL-ta nang kweez ko.

Go play outside, but stay where I can see you.
Sige maglaro ka sa labas, pero doon lang sa kung saan matatanaw kita.
si-GE mag-la-RO? ka sa la-BAS, PE-ro do-ON lang sa koong sa-AN ma-TA-ta-naw ki-TA.

How is your daughter?
Kumusta ang anak mo?
koo-moos-TA ang a-NAK mo?

I'm going to walk the dog.
Ilalakad ko ang aso.
i-LA-la-kad ko ang A-so.

She's not very happy here.
Hindi siya masyadong masaya dito.
hin-DEE? sha ma-SHA-dong ma-sa-YA DEE-to.

I passed the quiz with high marks!
Ipinasa ko ang quiz na may mataas na marka!
i-pee-na-SA ko ang kweez na may ma-TA-as na MAR-ka!

What program are you enrolled in?
Saang programa ka naka-enroll?
sa-ANG prog-RAMA ka na-ka-en-ROL?

I really like my English teacher.
Gusto ko talaga ang English teacher ko.
goos-TO ko ta-la-GA ang EENG-glish TEE-cher ko.

I have too much homework to do.
Masyado akong maraming assignment na gagawin.
ma-SHA-do a-KONG ma-RA-ming a-SAYN-ment na ga-ga-WIN.

Tomorrow, I have to take my dog to the vet.
Kailangan kong dalhin sa beterinaryo ang aso ko bukas.
kay-LA-ngan kong dal-HIN sa be-te-ri-NAR-yo ang A-so ko BOO-kas.

When do we get to go to lunch?
Anong oras tayo makakapag-tanghalian?
a-NONG O-ras TA-yo ma-ka-ka-pag-tang-ha-LEE-an?

My dog swallowed something he shouldn't have.
May nalunok ang aso ko na hindi dapat.
may na-loo-NOK ang A-so ko na hin-DEE? DA-pat.

We need more toys for our dog to play with.
Kailangan pa natin ng mas maraming laruan para sa aso.
kay-LA-ngan pa NA-tin nang mas ma-RA-ming la-roo-AN PA-ra sa A-so.

Can you please change the litter box?
Pwedeng pakipalitan ang litter box?
PWE-deng pa-ki-pa-li-TAN ang LEE-ter baks?

Get a lint brush and roll it to get the hair off your clothes.
Gumamit ka ng lint brush pantanggal ng balahibo sa damit mo.
goo-MA-mit ka nang lint brash pan-tang-GAL nang ba-la-HEE-bo sa da-MIT mo.

Can you help me study?
Pwede mo ba akong tulungan mag-aral?
PWE-de mo ba A-kong too-LOO-ngan mag-A-ral?

I have to go study in my room.
Kailangan ko nang mag-aral sa kwarto ko.
kay-LA-ngan ko nang mag-A-ral sa KWAR-to ko.

We went to the campus party, and it was a lot of fun.
Pumunta kami sa campus party. Sobrang saya.
poo-moon-TA ka-MEE sa KAM-poos PAR-tee. SOB-rang sa-YA.

Can you use that word in a sentence?
Pwede mo bang gamitin ang salitang iyan sa isang pangungusap?
PWE-de mo bang ga-MEE-tin ang sa-li-TANG i-YAN sa i-SANG pa-ngoo-NGOO-sap?

How do you spell that word?
Paano i-spell ang salitang iyan?
pa-A-no i-SPEL ang sa-li-TANG i-YAN?

Go play with your brother.
Maglaro ka kasama ang kapatid mo.
mag-la-RO? ka ka-SA-ma ang ka-pa-TID mo.

Come inside! It is dinnertime.
Pasok na! Hapunan na.
PA-sok na! ha-POO-nan na.

Tell me about your day.
Kwentuhan mo ako tungkol sa araw mo.
KWEN-too-han mo a-KO toong-KOL sa A-raw mo.

Is there anywhere you want to go?
Meron ka bang gustong puntahan?
ME-ron ka bang goos-TONG poon-ta-HAN?

How are you feeling?
Kumusta ang pakiramdam mo?
koo-moos-TA ang pa-ki-ram-DAM mo?

What do you want me to make for dinner tonight?
Ano ang gusto mong lutuin kong hapunan ngayong gabi?
a-NO ang goos-TO mong loo-TOO-in kong ha-POO-nan nga-YONG ga-BI?

It's time for you to take a bath.
Kailangan mo nang maligo.
kay-LA-ngan mo nang ma-LEE-go.

Brush your teeth and wash behind your ears.
Magsipilyo ka at hugasan mo ang likod ng iyong tenga.
mag-si-PIL-yo ka at hoo-GA-san mo ang li-KOD nang i-YONG TE-nga.

You're not wearing that to bed.
Hindi iyan ang susuotin mong pantulog.
hin-DEEʔ i-YAN ang SOO-soo-oo-tin mong pan-TOO-log.

I don't like the way you're dressed. Put something else on.
Hindi ko gusto ang pananamit mo. Magpalit ka.
hin-DEEʔ ko goos-TO ang pa-na-na-MIT mo. mag-pa-LIT ka.

Did you make any friends today?
May mga naging kaibigan ka ba ngayong araw?
may ma-NGA na-GING ka-i-BEE-gan ka ba nga-YONG A-raw?

Let me see your homework.
Patingin ako ng assignment mo.
pa-ti-NGIN a-KO nang a-SAYN-ment mo.

Do I need to call your school?
Kailangan ko bang tumawag sa eskwelahan mo?
kay-LA-ngan ko bang too-MA-wag sa es-KWE-la-han mo?

The dog can't go outside right now.
Hindi pwedeng lumabas ang aso ngayon.
hin-DEEʔ PWE-deng loo-ma-bas ang A-so nga-YON.

Is the new quiz going to be available next week?
Meron na kayang bagong quiz sa susunod na linggo?
ME-ron na ka-YANG BA-gong kweez sa SOO-soo-nod na ling-GO?

Are we allowed to use calculators with the test?
Pwede ba kaming gumamit ng calculator sa test?
PWE-de ba ka-MEENG goo-MA-mit nang kal-kyoo-LEY-tor sa test?

I would like to lead today's lesson.
Gusto kong pangunahan ang aralin ngayong araw.
goos-TO kong pa-ngoo-NA-han ang a-ra-LIN nga-YONG A-raw.

I have a dorm curfew, so I need to go back.
Merong curfew ang dorm ko kaya kailangan ko nang umuwi.
ME-rong KER-fyoo ang dorm ko ka-YA kay-LA-ngan ko nang oo-moo-WI.

Do I have to use pencil or ink?
Kailangan ko bang gumamit ng lapis o bolpen?
kay-LA-ngan ko bang goo-MA-mit nang LA-pis o BOL-pen?

Are cell phones allowed in class?
Pwede ba ang cellphone sa klase?
PWE-de ba ang SEL-fown sa KLA-se?

Where can I find the nearest dog park?
Saan ko makikita ang pinakamalapit na dog park?
sa-AN ko ma-ki-KEE-ta ang pi-na-ka-ma-LA-pit na dog park?

Are dogs allowed to be off their leash here?
Pwede bang pakawalan ang mga aso dito?
PWE-de bang pa-ka-wa-LAN ang ma-NGA A-so DEE-to?

Are children allowed here?
Pwede ba ang mga bata dito?
PWE-de ba ang ma-NGA BA-ta DEE-to?

I would like to set up a play date with our children.
Gusto kong mag-i-skedyul ng araw ng paglalaro ang mga anak natin.
goos-TO kong mag-i-SKE-jool nang A-raw ng pag-la-la-RO ang ma-NGA a-NAK NA-tin.

I would like to invite you to my child's birthday party.
Gusto kitang imbitahin sa birthday party ng anak ko.
goos-TO ki-TANG im-bi-TA-hin sa bert-DEY PAR-ti nang a-NAK ko.

Did you miss your dorm curfew last night?
Lumagpas ka ba sa dorm curfew mo kagabi?
loo-mag-PAS ka ba sa dorm KER-fyoo mo ka-ga-BI?

TRAVELER'S GUIDE

Over there is the library.
Sa banda doon ang library.
sa ban-DA do-ON ang LAY-bra-ri.

Just over there.
Doon lang.
do-ON lang.

Yes, this way.
Oo, papunta dito.
o-O, pa-poon-TA DEE-to.

I haven't done anything wrong.
Wala akong ginagawang masama.
wa-LA a-KONG gi-NA-ga-wang ma-sa-MA.

It was a misunderstanding.
Merong nangyaring hindi pagkakaintindihan.
ME-rong nang-YA-ring hin-DEE? pag-ka-ka-in-tin-DI-han.

I am an American citizen.
Ako ay American citizen.
a-KO ay a-ME-ri-kan si-ti-ZEN.

We are tourists on vacation.
Kami ay mga turistang nagbabakasyon.
ka-MEE ay ma-NGA too-RIS-tang nag-BA-ba-ka-shon.

I am looking for an apartment.
Naghahanap ako ng apartment.
nag-HA-ha-nap a-KO nang a-PART-ment.

This is a short-term stay.
Ito ay panandaliang pagtira lamang.
i-TO ay pa-nan-da-LEE-ang PAG-ti-ra LA-mang.

I am looking for a place to rent.
Naghahanap ako ng lugar na pwedeng rentahan.
nag-HA-ha-nap a-KO nang loo-GAR na PWE-deng ren-ta-HAN.

Where can we grab a quick bite to eat?
Saan tayo pwedeng kumain nang saglit?
sa-AN TA-yo PWE-deng koo-MA-in nang sag-LIT?

We need the cheapest place you can find.
Kailangan namin ng pinakamurang lugar na mahahanap mo.
kay-LA-ngan NA-min nang pi-na-ka-MOO-rang loo-GAR na ma-ha-HA-nap mo.

Do you have a map of the city?
Meron ka bang mapa ng syudad?
ME-ron ka bang MA-pa nang shu-DAD?

What places do tourists usually visit when they come here?
Anu-anong lugar ang karaniwang binibisita ng mga turista pagpunta nila dito?
a-NU a-NONG loo-GAR ang ka-ra-NI-wang bee-nee-bee-SEE-ta nang ma-NGA too-RIS-ta pag-poon-TA ni-LA DEE-to?

Can you take our picture, please?
Pwede mo ba kaming kunan ng litrato?
PWE-de mo ba ka-MEENG KOO-nan nang lit-RA-to?

Do you take foreign credit cards?
Tumatanggap ba kayo ng foreign credit card?
too-MA-tang-gap ba ka-YO nang FO-rehn KRE-dit kard?

I would like to hire a bicycle to take us around the city.
Gusto kong magrenta ng bike pampasyal palibot sa syudad.
goos-TO kong mag-REN-ta nang bayk pam-pa-SHAL pa-LEE-bot sa shu-DAD.

Do you mind if I take pictures here?
Ayos lang bang kumuha ng litrato dito?
A-yos lang ba koo-MOO-ha nang lit-RA-to DEE-to?

ANSWERS

Yes, to some extent.
Oo, kahit paano man.
o-O, ka-heet pa-A-no man.

I'm not sure.
Hindi ako sigurado.
hin-DEE? a-KO si-goo-RA-do.

Yes, go ahead.
Oo, sige lang.
o-O, si-GE lang.

Yes, just like you.
Oo, katulad mo.
o-O, ka-TOO-lad mo.

No, no problem at all.
Hindi, walang problema.
hin-DEE?, wa-LANG prob-LE-ma.

This is a little more expensive than the other item.
Mas mahal ito nang konti kaysa doon sa isa.
mas ma-HAL i-TO nang KON-ti KAY-sa do-ON sa i-SA.

My city is small but nice.
Ang syudad ko ay maliit pero maganda.
ang shu-DAD ko ay ma-li-IT PE-ro ma-gan-DA.

This city is quite big.
Malaki ang syudad na ito.
ma-la-KI ang shu-DAD na i-TO.

I'm from America.
Galing ako sa Amerika.
GA-ling a-KO sa a-ME-ri-ka.

We'll wait for you.
Hihintayin ka namin.
hi-hin-ta-YIN ka NA-min.

I love going for walks.
Gustung-gusto kong naglalakad.
goos-toong-goos-TO kong nag-LA-la-kad.

I'm a woman.
Babae ako.
ba-BA-e a-KO.

Good, I'm going to see it.
Ayos, titingnan ko.
a-YOS, ti-ting-NAN ko.

So do I.
Ako din.
a-KO din.

I'll think about it and call you tomorrow with an answer.
Pag-iisipan ko. Tatawagan kita bukas para sa sagot.
pag-i-i-SI-pan ko. ta-ta-WA-gan ki-TA PA-ra sa sa-GOT.

I have two children.
Meron akong dalawang anak.
ME-ron a-KONG da-la-WANG a-NAK.

Does this place have a patio?
Meron bang terrace ang lugar na ito?
ME-ron bang TE-reys ang loo-GAR na i-TO?

No, the bathroom is vacant.
Hindi, bakante ang banyo.
hin-DEE?, ba-KAN-te ang BAN-yo.

I'm not old enough.
Wala pa ako sa wastong gulang.
WA-la pa a-KO sa was-TONG GOO-lang.

No, it is very easy.
Hindi, sobrang dali lang nito.
hin-DEE?, SOB-rang da-LI? lang ni-TO.

Understood.
Naiintindihan ko.
na-I-in-tin-di-han ko.

Only if you go first.
Kung mauuna ka.
koong ma-oo-OO-na ka.

Yes, that is correct.
Oo, tama iyan.
o-O, TA-ma i-YAN.

That was the wrong answer.
Mali ang sagot na iyon.
ma-LI? ang sa-GOT na i-YON.

We haven't decided yet.
Wala pa kaming desisyon.
wa-LA pa ka-MEENG de-si-SHON.

We can try.
Pwede nating subukan.
PWE-de NA-ting soo-BOO-kan.

I like to read books.
Gusto kong nagbabasa ng libro.
goos-TO kong nag-BA-ba-sa nang lib-RO.

We can go there together.
Pwede tayong sabay na pumunta doon.
PWE-de TA-yong sa-BAY na poo-moon-TA do-ON.

Yes, I see.
Oo, ganun nga.
o-O, ga-NOON nga.

That looks interesting.
Mukhang maganda ito.
moo-KANG ma-gan-DA i-TO.

Me neither.
Ako, hindi rin.
a-KO hin-DEE? rin.

It was fun.
Ang saya noon.
ang sa-YA no-on.

Me too.
Ako rin.
a-KO rin.

Stay there.
Diyan ka lang.
jan ka lang.

We were worried about you.
Nag-aalala kami sa iyo.
nag-a-a-la-LA ka-MEE sa i-YO.

No, not really.
Hindi, hindi naman.
hin-DEEʔ, hin-DEE na-MAN.

Unbelievable.
Hindi kapani-paniwala.
hin-DEEʔ ka-pa-ni-pa-ni-WA-la.

No, I didn't make it in time.
Hindi, hindi ako umabot.
hin-DEEʔ, hin-DEEʔ a-KO oo-MA-bot.

No, you cannot.
Hindi, hindi pwede.
hin-DEEʔ, hin-DEEʔ PWE-de.

Here you go.
Heto oh.
HE-to o.

It was good.
Ayos siya.
a-YOS sha.

Ask my wife.
Tanungin mo ang asawa ko.
ta-noo-NGIN mo ang a-SA-wa ko.

That's up to him.
Siya na bahala doon.
sha na ba-HA-la do-ON.

That is not allowed.
Hindi iyan pwede.
hin-DEE? i-YAN PWE-de.

You can stay at my place.
Pwede ka tumira sa bahay ko.
PWE-de ka too-mi-RA sa BA-hay ko.

Only if you want to.
Kung gusto mo lang.
koong goos-TO mo lang.

It depends on my schedule.
Depende sa iskedyul ko.
de-PEN-de sa i-SKE-jool ko.

I don't think that's possible.
Parang hindi iyan posible.
PA-rang hin-DEE? i-YAN po-SIB-le.

You're not bothering me.
Hindi ka nakakaabala.
hin-DEE? ka na-ka-ka-a-BA-la.

The salesman will know.
Malalaman ng tindero.
ma-la-LA-man nang tin-DE-ro.

I have to work.
Kailangan ko nang magtrabaho.
kay-LA-ngan ko nang mag-tra-BA-ho.

I'm late.
Huli ako.
hoo-li a-KO.

To pray.
Magdasal.
mag-da-SAL.

I'll do my best.
Gagawin ko ang lahat ng aking makakaya.
ga-ga-WIN ko ang la-HAT nang A-king ma-ka-KA-ya.

DIRECTIONS

Over here.
Dito.
DEE-to.

Go straight ahead.
Diretso lang.
di-RE-cho lang.

Follow the straight line.
Sundan mo lang ang tuwid na guhit.
soon-DAN mo lang ang too-WID na GOO-hit.

Go halfway around the circle.
Umikot ka hanggang sa kalahati ng bilog.
oo-MEE-kot ka hang-GANG sa ka-la-HA-ti nang bi-LOG.

It is to the left.
Nasa kaliwa.
NA-sa ka-li-WA.

Where is the party going to be?
Saan gaganapin ang party?
sa-AN GA-ga-na-pin ang PAR-ti?

Where is the library situated?
Saan nakatayo ang library?
sa-AN na-ka-ta-YO? ang lay-bra-RI?

It is to the north.
Bandang norte siya.
ban-DANG NOR-te sha.

You can find it down the street.
Makikita mo sa may kalye.
ma-ki-KEE-ta mo sa may kal-YE.

Go into the city to get there.
Dumaan ka ng syudad para makarating doon.
doo-ma-AN ka nang shu-DAD PA-ra ma-ka-ra-TING do-ON.

Where are you now?
Nasaan ka ngayon?
NA-sa-an ka nga-YON?

There is a fire hydrant right in front of me.
Merong fire hydrant sa harap ko.
ME-rong fayr HAY-drant sa ha-RAP ko.

Do you know a shortcut?
May alam ka bang shortcut?
may a-LAM ka bang short-KAT?

Where is the freeway?
Nasaan ang expressway?
NA-sa-an ang eks-pres-WEY?

Do I need exact change for the toll?
Kailangan ko ba ng saktong pambayad para sa toll?
kay-LA-ngan ko ba nang sak-TONG pam-BA-yad PA-ra sa tol?

At the traffic light, turn right.
Kumanan ka sa may traffic light.
koo-MA-nan ka sa may TRA-fik layt.

When you get to the intersection, turn left.
Pagdating sa intersection, kumaliwa ka.
pag-da-TING sa in-ter-SEK-shon, koo-ma-li-WA ka.

Stay in your lane until it splits off to the right.
Diyan ka lang sa linya mo hanggang sa may makita kang pa-kanan.
jan ka lang sa lin-YA mo hang-GANG sa may ma-KEE-ta kang pa-KA-nan.

Don't go onto the ramp.
Huwag kang sasampa sa rampa.
hoo-WAG kang SA-sam-pa sa RAM-pa.

You are going in the wrong direction.
Mali ang daan mo.
ma-LIʔ ang da-AN mo.

Can you guide me to this location?

Pwede mo ba akong alalayan papunta sa lugar na ito?

PWE-de mo ba a-KONG a-la-LA-yan pa-poon-TA sa loo-GAR na i-TO?

Stop at the crossroads.

Huminto ka sa may crossing.

hoo-min-TO ka sa may KRO-sing.

You missed our turn. Please turn around.

Nalagpasan mo ang likuan natin. Pakiusap, umikot ka ulit.

na-lag-pa-SAN mo ang li-KOO-an NA-tin. Pa-ki-OO-sap, oo-MEE-kot ka OO-lit.

It is illegal to turn here.

Iligal ang pagliko dito.

i-li-GAL ang PAG-li-ko? DEE-to.

We're lost, could you help us?

Naliligaw kami, pwede mo ba kaming tulungan?

na-LI-li-gaw ka-MEE, PWE-de mo ba ka-MEENG too-LOO-ngan?

APOLOGIES

Dad, I'm sorry.
Tay, paumanhin po.
tay, pa-oo-man-HIN po.

I apologize for being late.
Pasensya na at nahuli ako.
pa-SEN-sha na at na-HOO-li a-KO.

Excuse me for not bringing money.
Pasensya na at wala akong dalang pera.
pa-SEN-sha na at wa-LA a-KONG da-LANG PE-ra.

That was my fault.
Ako ang mali doon.
a-KO ang ma-LI? do-ON.

It won't happen again, I'm sorry.
Hindi na mauulit, pasensya na.
hin-DEE? na ma-oo-OO-lit, pa-SEN-sha na.

I won't break another promise.
Wala na akong pangakong babaliin pa.
wa-LA na a-KONG pa-NGA-kong ba-ba-LI-in pa.

You have my word that I'll be careful.
Makakaasa kang mag-iingat ako.
ma-ka-ka-A-sa kang mag-i-EE-ngat a-KO.

I'm sorry, I wasn't paying attention.
Pasensya na, hindi ko napansin.
pa-SEN-sha na, hin-DEE? ko na-pan-SIN.

I regret that. I'm so sorry.
Nagsisisi na ako. Pasensya na talaga.
nag-si-SEE-si na a-KO. pa-SEN-sha na ta-la-GA.

I'm sorry, but today I can't.

Pasensya na, pero hindi ako pwede ngayong araw.

pa-SEN-sha na, PE-ro hin-DEE? a-KO PWE-de nga-YONG A-raw.

It's not your fault, I'm sorry.

Hindi mo kasalanan. Pasensya na.

hin-DEE? mo ka-sa-LA-nan. pa-SEN-sha na.

Please, give me another chance.

Pakiusap, bigyan mo ako ng isa pang pagkakataon.

pa-ki-OO-sap, big-YAN mo a-KO nang i-SA pang pag-ka-KA-ta-on.

Will you ever forgive me?

Mapapatawad mo pa ba ako?

ma-pa-pa-TA-wad mo pa ba a-KO?

I hope in time we can still be friends.

Sana dumating ang panahon na maging magkaibigan ulit tayo.

SA-na doo-ma-TING ang pa-na-HON na ma-GING mag-ka-i-BI-gan oo-LIT TA-yo.

I screwed up, and I'm sorry.

Nagkamali ako, pasensya na.

nag-KA-ma-li? a-KO, pa-SEN-sha na.

SMALL TALK

No.
Hindi.
hin-DEE?.

Yes.
Oo.
O-o.

Okay.
Okay.
o-KEY.

Please.
Pakiusap.
pa-ki-OO-sap.

Do you fly out of the country often?
Madalas ka bang umalis ng bansa?
ma-da-LAS ka bang oo-ma-LIS nang ban-SA?

Thank you.
Salamat.
sa-LA-mat.

That's okay.
Okay lang.
o-KEY lang.

I went shopping.
Nag-shopping ako.
nag-SHA-ping a-KO.

There.
Ayan.
a-YAN.

Very well.
Ayos.
a-YOS.

What?
Ano?
a-NO?

I think you'll like it.
Sa tingin ko magugustuhan mo ito.
sa ti-NGIN ko ma-GOO-goos-too-han mo i-TO.

When?
Kailan?
kay-LAN?

I didn't sleep well.
Hindi ako nakatulog nang maayos.
hin-DEE? a-KO na-ka-TOO-log nang ma-A-yos.

Until what time?
Hanggang anong oras?
hang-GANG a-NONG O-ras?

We are waiting in line.
Naghihintay kami sa pila.
nag-HI-hin-tay ka-MEE sa PEE-la.

We're only waiting for a little bit longer.
Saglit na lang tayong maghihintay.
sag-LIT na lang TA-yong mag-HEE-hin-tay.

How?
Paano?
pa-A-no?

Where?
Saan?
sa-AN?

I'm glad.
Masaya ako.
ma-sa-YA a-KO.

You are very tall.
Sobrang tangkad mo.
SOB-rang tang-KAD mo.

I like to speak your language.
Gusto kong matutunan ang wika mo.
goos-TO kong ma-too-TOO-nan ang WEE-ka mo.

You are very kind.
Sorbrang bait mo.
SOB-rang ba-IT mo.

Happy birthday!
Maligayang kaarawan!
ma-li-GA-yang ka-a-ra-WAN!

I would like to thank you very much.
Gusto kitang lubos na pasalamatan.
goos-TO ki-TANG loo-BOS na pa-sa-la-MA-tan.

Here is a gift that I bought for you.
Heto ang regalong binili ko para sa iyo.
HE-to ang re-GA-long bi-ni-LI ko PA-ra sa i-YO.

Yes. Thank you for all of your help.
Oo. Salamat sa lahat ng tulong mo.
o-O. sa-LA-mat sa la-HAT nang TOO-long mo.

What did you get?
Anong kinuha mo?
a-NONG ki-NOO-ha mo?

Have a good trip!
Masayang paglalakbay!
ma-sa-YANG pag-la-lak-BAY!

This place is very special to me.
Napaka-espesyal ng lugar na ito sa akin.
na-pa-ka-es-pe-SHAL nang loo-GAR na i-TO sa A-kin.

My foot is asleep.
Namamanhid ang paa ko.
na-MA-man-hid ang pa-A ko.

May I open this now or later?
Pwede ko na bang buksan ito o mamaya pa?
PWE-de ko na bang book-SAN i-TO o MA-ma-ya pa?

Why do you think that is?
Bakit ganun sa tingin mo?
BA-kit ga-NOON sa ti-NGIN mo?

Which do you like better, chocolate or caramel?
Anong mas gusto mo, tsokolate o caramel?
a-NONG mas goos-TO mo, cho-ko-LA-te o KA-ra-mel?

Be safe on your journey.
Ingat ka sa byahe mo.
i-NGAT ka sa BYA-he mo.

I want to do this for a little longer.
Gusto kong gawin ito nang mas matagal pa.
goos-TO kong ga-WIN i-TO nang mas ma-ta-GAL pa.

This is a picture that I took at the hotel.
Ito ang litratong kinunan ko sa hotel.
i-TO ang lit-RA-tong ki-NOO-nan ko sa ho-TEL.

Allow me.
Hayaan mo ako.
ha-YA-an mo a-KO.

I was surprised.
Nagulat ako.
na-GOO-lat a-KO.

I like that.
Gusto ko iyon.
goos-TO ko i-YON.

Are you in high spirits today?
Nasa mood ka ba ngayon?
NA-sa mood ka ba nga-YON?

Oh, here comes my wife.
Oh, heto na ang asawa ko.
oh, HE-to na ang a-SA-wa ko.

Can I see the photograph?
Pwede ko bang makita ang litrato?
PWE-de ko bang ma-KEE-ta? ang lit-RA-to?

Feel free to ask me anything.
Huwag kang mahiya na magtanong ng kahit ano sa akin.
hoo-WAG kang ma-hi-YA na mag-ta-NONG nang KA-hit a-NO sa A-kin.

That was magnificent!
Ang galing noon!
ang ga-LING no-ON!

See you some other time.
Kita na lang tayo sa susunod.
KEE-ta? na lang TA-yo sa SOO-soo-nod.

No more, please.
Tama na, pakiusap.
TA-ma na, pa-ki-OO-sap.

Please don't use that.
Pakiusap,huwag mong gamitin iyan.
pa-ki-OO-sap, hoo-WAG mong ga-MEE-tin i-YAN.

That is very pretty.
Sobrang ganda niyan.
SOB-rang gan-DA ni-YAN.

Would you say that again?
Pakiulit nga ang sinabi mo?
pa-ki-OO-lit nga ang si-NA-bi mo?

Speak slowly.
Pakibagalan ang pagsasalita.
pa-ki-ba-GA-lan ang pag-sa-sa-li-TA.

I'm home.
Nasa bahay na ako.
NA-sa BA-hay na A-ko.

Is this your home?
Ito ba ang bahay mo?
i-TO ba ang BA-hay mo?

I know a lot about the area.
Madami akong alam sa lugar na ito.
ma-DA-mi a-KONG a-LAM sa loo-GAR na i-TO.

Welcome back. How was your day?
Maligayang pagbabalik. Kumusta ang araw mo?
ma-li-GA-yang pag-ba-ba-LIK. koo-moos-TA ang A-raw mo?

I read every day.
Nagbabasa ako araw-araw.
nag-BA-ba-sa a-KO A-raw A-raw.

My favorite type of book is novels by Stephen King.
Ang paborito kong uri ng libro ay mga nobela ni Stephen King.
ang pa-bo-RI-to kong OO-ri nang lib-RO ay ma-NGA no-BE-la ni STEE-fen king.

You surprised me!
Ginulat mo ako!
gi-NOO-lat mo a-KO!

I am short on time, so I have to go.
Kapos na ako sa oras kaya kailangan ko na umalis.
ka-POS na a-KO sa O-ras ka-YA kay-LA-ngan ko na oo-ma-LIS.

Thank you for having this conversation.
Salamat para sa pag-uusap na ito.
sa-LA-mat Pa-ra sa pag-oo-OO-sap na i-TO.

Oh, when is it?
Oh, kailan ito?
oh, kay-LAN i-TO?

This is my brother, Jeremy.
Ito si Jeremy, kapatid ko.
i-TO si JE-re-mi, ka-pa-TID ko.

That is my favorite bookstore.
Ito ang paborito kong bookstore.
i-TO ang pa-bo-RI-to kong book-STOR.

That statue is bigger than it looks.
Ang rebultong iyon ay mas malaki kaysa sa itsura niyon.
ang re-BOOL-tong i-YON ay mas ma-la-KI KAY-sa sa i-CHOO-ra ni-YON.

Look at the shape of that cloud!
Tingnan mo ang hugis ng ulap na iyon!
ting-nan mo ang hoo-GIS nang OO-lap na i-YON!

BUSINESS

I am president of the credit union.
Ako ang presidente ng credit union.
a-KO ang pre-si-DEN-te nang KRE-dit YOO-nyon.

We are expanding in your area.
Mag-eexpand kami sa lugar niyo.
mag-e-eks-PAND ka-MEE sa loo-GAR nyo.

I am looking for work in the agriculture field.
Naghahanap ako ng trabaho sa sektor ng agrikultura.
nag-HA-ha-nap a-KO nang tra-BA-ho sa sek-TOR nang ag-ri-kool-TOO-ra.

Sign here, please.
Pumirma ka rito, pakiusap.
poo-mir-MA ka REE-to, pa-ki-OO-sap.

I am looking for temporary work.
Naghahanap ako ng pansamantalang trabaho.
nag-HA-ha-nap a-KO nang pan-sa-man-ta-LANG tra-BA-ho.

I need to call and set up that meeting.
Kailangan kong tumawag at i-set up ang meeting.
kay-LA-ngan kong too-MA-wag at i-SET-ap ang MEE-ting.

Is the line open?
Bukas ba ang linya?
boo-KAS ba ang LEE-nya?

I need you to hang up the phone.
Paki-baba ang telepono.
pa-KI-baba ang te-LE-po-no.

Who should I ask for more information about your business?
Sino ang kailangan kong kausapin para sa karagdagang impormasyon sa inyong negosyo?
SI-no ang kay-LA-ngan kong ka-oo-SA-pin PA-ra sa ka-rag-DA-gang im-POR-ma-shon sa in-YONG ne-GO-sho?

There was no answer when you handed me the phone.

Walang sumasagot noong iabot mo sa akin ang telepono.

wa-LANG soo-MA-sa-got no-ONG i-a-BOT mo sa A-kin ang te-LE-po-no.

Robert is not here at the moment.

Wala dito si Robert ngayon.

wa-LA DEE-to si RO-bert nga-YON.

Call me after work, thanks.

Tawagan mo ako pagkatapos ng pasok ko sa trabaho, salamat.

ta-WA-gan mo a-KO pag-ka-TA-pos nang PA-sok ko sa tra-BA-ho, sa-LA-mat.

We're strongly considering your contract offer.

Mariin naming ikinukonsidera ang inyong alok na kontrata.

ma-ri-IN NA-ming i-ki-NU-kon-si-de-ra ang in-YONG a-LOK na kon-TRA-ta.

Have the necessary forms been signed yet?

Napirmahan na ba ang mga importanteng dokumento?

na-pir-ma-HAN na ba ang ma-NGA im-por-TAN-teng do-koo-MEN-to?

I have a few hours available after work.

May konting oras ako pagkatapos ng trabaho.

may KON-ting O-ras a-KO pag-ka-TA-pos nang tra-BA-ho.

What do they make there?

Anong ginagawa nila dito?

a-NONG gi-NA-ga-wa ni-LA DEE-to?

I have no tasks assigned to me.

Walang trabahong nakatalaga sa akin.

wa-LANG tra-BA-hong na-kata-la-GA sa A-kin.

How many workers are they hiring?

Ilang trabahador ang tinatanggap nila?

i-LANG tra-ba-ha-DOR ang ti-NA-tang-gap ni-LA?

It should take me three hours to complete this task.

Tatlong oras ang kakailanganin ko para tapusin ang trabahong ito.

tat-LONG O-ras ang ka-kay-la-NGA-nin ko PA-ra ta-POO-sin ang tra-BA-hong i-TO.

Don't use that computer, it is only for financial work.
Huwag mong gamitin ang kompyuter na yan, para lang yan sa mga trabahong pinansyal.
hoo-WAG mong ga-MEE-tin ang kom-PYOO-ter na yan, PA-ra lang yan sa ma-NGA tra-BA-hong pi-nan-SHAL.

I only employ people that I can rely on.
Mga taong mapagkakatiwalaan lang ang tinatanggap ko.
ma-NGA TA-ong ma-pag-ka-ka-ti-wa-LA-an lang ang ti-NA-tang-gap ko.

After I talk to my lawyers, we can discuss this further.
Pag-usapan pa natin ito pagkatapos kong kumunsulta sa aking mga abogado.
pag-oo-SA-pan pa NA-tin i-TO pag-ka-TA-pos kong koo-moon-SOOL-ta sa A-king ma-NGA a-bo-GA-do.

Are there any open positions in my field?
Meron bang mga bakanteng posisyon sa aking larangan?
ME-ron bang ma-NGA ba-KAN-teng po-si-SHON sa A-king la-RA-ngan?

I'll meet you in the conference room.
Magkita na lang tayo sa conference room.
mag-KEE-ta na lang TA-yo sa KON-fe-rens room.

Call and leave a message on my office phone.
Tumawag at mag-iwan ka na lang ng mensahe sa aking office phone.
too-MA-wag at mag-EE-wan ka na lang nang men-SA-he sa A-king O-fis fown.

Send me a fax with that information.
Padalhan mo ako ng fax kasama ang mga impormasyong iyan.
pa-dal-HAN mo a-KO nang faks ka-SA-ma ang ma-NGA im-por-ma-SHONG i-YAN.

Hi, I would like to leave a message for Sheila.
Kumusta, gusto kong mag-iwan ng mensahe para kay Sheila.
koo-moos-TA, goos-TO kong mag-EE-wan nang men-SA-he PA-ra kay SHEE-la.

Please repeat your last name.
Pakiulit ang iyong apelyido.
pa-ki-OO-lit ang i-YONG a-pel-YEE-do.

I would like to buy wholesale.
Gusto kong bumili ng wholesale.
goos-TO kong boo-mi-LI nang HOOL-seyl.

How do you spell your last name?
Paano iispel ang iyong apelyido?
pa-A-no i-i-SPEL ang i-YONG a-pel-YEE-do?

I called your boss yesterday and left a message.
Tumawag ako sa boss mo kahapon at nag-iwan ako ng mensahe.
too-MA-wag a-KO sa bos mo ka-HA-pon at nag-EE-wan a-KO nang men-SA-he.

That customer hung up on me.
Binabaan ako ng telepeno ng kostumer na iyon.
bi-na-ba-AN a-KO nang te-LE-po-no nang KOS-too-mer na i-YON.

She called but didn't leave a callback number.
Tumawag siya pero hindi siya nag-iwan ng number.
too-MA-wag sha PE-ro hin-DEE? sha nag-EE-wan nang NAM-ber.

Hello! Am I speaking to Bob?
Hello! Si Bob ba ito?
he-LOW! si bab ba i-TO?

Excuse me, but could you speak up? I can't hear you.
Excuse me, pwede mo bang lakasan? Hindi kita marinig.
eks-KYOOS mi, PWE-de mo bang la-ka-SAN? hin-DEE? ki-TA ma-ri-NIG.

The line is very bad, could you move to a different area so I can hear you better?
Mahina ang signal, pwede ka bang lumipat ng lugar para mas marinig kita?
ma-HEE-na ang SIG-nal, PWE-de ka-bang loo-MEE-pat nang loo-GAR PA-ra mas ma-ri-NIG ki-TA?

I would like to apply for a work visa.
Gusto kong mag-apply ng work visa.
goos-TO kong mag-ap-LAY nang work VEE-sa.

It is my dream to work here teaching the language.
Pangarap kong magturo ng wika dito.
pa-NGA-rap kong mag-TOO-ro nang WEE-ka DEE-to.

I have always wanted to work here.
Matagal ko nang gusto magtrabaho dito.
ma-ta-GAL ko nang goos-TO mag-tra-BA-ho DEE-to.

Where do you work?
Saan ka nagtatrabaho?
sa-AN ka nag-ta-tra-BA-ho?

Are we in the same field of work?
Pareho ba tayo ng larangan?
pa-RE-ho ba TA-yo nang la-RA-ngan?

Do we share an office?
Pareho ba tayo ng opisina?
pa-RE-ho ba TA-yo nang o-pi-SEE-na?

What do you do for a living?
Anong hanapbuhay mo?
a-NONG ha-nap-BOO-hay mo?

I work in the city as an engineer for Cosco.
Nagtatrabaho ako sa siyudad bilang inhinyero sa Cosco.
nag-ta-tra-BA-ho a-KO sa shu-DAD BEE-lang in-hin-YE-ro sa KOS-ko.

I am an elementary teacher.
Ako ay isang guro sa elementarya .
a-KO ay i-SANG GOO-ro? sa e-le-men-TAR-ya.

What time should I be at the meeting?
Anong oras ako dapat nasa meeting?
a-NONG O-ras a-KO DA-pat NA-sa MEE-ting?

Would you like me to catch you up on what the meeting was about?
Gusto mo bang i-update kita tungkol sa naging meeting?
goos-TO mo bang i-ap-DEYT ki-TA toong-KOL sa na-GING MEE-ting?

I would like to set up a meeting with your company.
Gusto kong mag-iskedyul ng meeting kasama ang inyong kumpanya.
goos-TO kong mag-i-SKE-jool nang MEE-ting ka-SA-ma ang in-YONG koom-pan-YA.

Please, call my secretary for that information.
Pakitawagan ang aking sekretarya para sa impormasyong iyan.
pa-ki-ta-WA-gan ang A-king sek-re-TAR-ya PA-ra sa im-por-ma-SHONG i-YAN.

I will have to ask my lawyer.
Kailangan kong tanungin ang aking abogado.
kay-LA-ngan kong ta-noo-NGIN ang A-king a-bo-GA-do.

Fax it over to my office number.
Paki-fax sa numero ng aking opisina.
pa-ki-FAKS sa NOO-me-ro ng A-king o-pi-SEE-na.

Will I have any trouble calling into the office?
Magkakaron ba ako ng problema sa pagtawag sa opisina?
mag-KA-ka-ron ba a-KO nang prob-LE-ma sa pag-TA-wag sa o-pi-SEE-na?

Do you have a business card I can have?
Meron ka bang pwedeng ibigay na business card sa akin?
ME-ron ka bang PWE-deng i-bi-GAY na BIS-nes kard sa A-kin?

Here is my business card. Please, take it.
Heto, pakitanggap ang aking business card.
HE-to, pa-ki-tang-GAP ang A-king BIS-nes kard.

My colleague and I are going to lunch.
Mananapanghalian kami ng katrabaho ko.
ma-na-nang-ha-LEE-an ka-MEE nang ka-tra-BA-ho ko.

I am the director of finance for my company.
Ako ang director of finance ng aking kumpanya.
a-KO ang di-REK-tor of fi-NANS nang A-king kum-pan-YA .

I manage the import goods of my company.
Ako ang humahawak sa mga iniimport ng aking kumpanya.
a-KO ang hoo-ma-HA-wak sa ma-NGA i-ni-IM-port nang A-king kum-pan-YA.

My colleagues' boss is Steven.
Si Steven ang boss ng katrabaho ko.
si STEE-ven ang bos nang ka-tra-BA-ho ko.

I work for the gas station company.
Nagtatrabaho ako sa isang kumpanya ng gasolinahan.
nag-ta-tra-BA-ho a-KO sa i-SANG koom-pan-YA nang GA-so-li-na-han.

What company do you work for?
Saang kumpanya ka nagtatrabaho?
sa-ANG kum-pan-YA ka nag-ta-tra-BA-ho?

I'm an independent contractor.
Isa akong independent contractor.
i-SA a-KONG in-de-PEN-dent kon-TRAK-tor.

How many employees do you have at your company?
Ilang empleyado ang meron ka sa iyong kumpanya?
i-LANG em-ple-YA-do ang ME-ron ka sa i-YONG koom-pan-YA?

I know a lot about engineering.
Marami akong alam tungkol sa engineering.
ma-RA-mi a-KONG a-LAM toong-KOL sa in-ji-NEE-ring.

I can definitely resolve that dispute for you.
Kayang-kaya kong resolbahin ang dispute na iyan para sa iyo.
ka-yang-KA-ya kong re-sol-ba-HIN ang dis-PYOOT na i-YAN PA-ra sa i-YO.

You should hire an interpreter.
Dapat kang kumuha ng interpreter.
DA-pat kang koo-MOO-ha nang in-TER-pre-ter.

Are you hiring any additional workers?
Naghahanap ka pa ba ng dagdag na empleyado?
nag-HA-ha-nap ka pa ba nang dag-DAG na em-ple-YA-do?

How much experience do I need to work here?
Gaano kalawak na karanasan ang kailangan para makapagtrabaho ako rito?
ga-A-no ka-LA-wak na ka-ra-na-SAN ang kay-LA-ngan PA-ra ma-ka-pag-tra-BA-ho a-KO REE-to?

Our marketing manager handles that.
Ang marketing manager namin ang humahawak niyan.
ang MAR-ke-ting ma-ne-JER NA-min ang hoo-ma-HA-wak nyan.

I would like to poach one of your workers.
Gusto kong kunin ang isa sa mga empleyado niyo.
goos-TO kong KOO-nin ang i-SA sa ma-NGA em-ple-YA-do nyo.

Can we work out a deal that is beneficial for the both of us?
Pwede ba tayong magkasundo sa isang usapang kapaki-pakinabang sa ating dalawa?
PWE-de ba TA-yong mag-ka-soon-DO sa i-SANG oo-SA-pang ka-pa-KI-pa-ki-NA-bang sa A-ting da-la-WA?

My resources are at your disposal.
Ang mga pag-aari ko ay pwede mong gamitin kahit kailan.
ang ma-NGA pag-a-A-ri ko ay PWE-de mong ga-MEE-tin KA-hit kay-LAN.

I am afraid that we have to let you go.
Kailangan ka na naming tanggalin.
kay-LA-ngan ka na NA-ming tang-ga-LIN.

This is your first warning. Please don't do that again.
Ito ang iyong unang babala. Pakiusap, huwag mo nang uulitin iyon.
i-TO ang i-YONG OO-nang ba-ba-LA. Pa-ki-OO-sap, hoo-WAG mo nang oo-oo-LEE-tin i-YON.

File a complaint with HR about the incident.
Maghain ka ng reklamo sa HR tungkol sa nangyaring insidente.
mag-HA-in ka nang rek-LA-mo sa eych-ar toong-KOL sa nang-YA-ring in-si-DEN-te.

Who is showing up for our lunch meeting?
Sinu-sino ang dadalo sa ating lunch meeting?
si-NU si-NO ang DA-da-lo sa A-ting lanch MEE-ting?

Clear out the rest of my day.
Gawin mong bakante ang araw ko.
ga-WIN mong ba-KAN-te ang A-raw ko.

We need to deposit this into the bank.
Kailangan natin itong ideposito sa bangko.
kay-LA-ngan NA-tin i-TONG i-de-PO-si-to sa BANG-ko.

Can you cover the next hour for me?
Pwede mo bang saluhin ang susunod na oras para sa akin?
PWE-de mo bang sa-loo-HIN ang SOO-soo-nod na O-ras PA-ra sa A-kin?

If Shania calls, please push her directly through.
Kapag tumawag si Shania, pakidiretso mo ang tawag sa akin.
ka-PAG too-MA-wag si sha-NA-ya, pa-ki-di-RE-cho mo ang TA-wag sa A-kin.

I'm leaving early today.
Maaga akong aalis ngayong araw.
ma-A-ga a-KONG A-a-lis nga-YONG A-raw.

I'll be working late tonight.
Gagabihin ako sa trabaho.
ga-ga-bi-HIN a-KO sa tra-BA-ho.

You can use the bathroom in my office.
Pwede mong gamitin ang banyo sa aking opisina.
PWE-de mong ga-MEE-tin ang BAN-yo sa A-king o-pi-SEE-na.

You can use my office phone to call out.
Pwede mong gamitin ang office phone ko pantawag.
PWE-de mong ga-MEE-tin ang O-fis fown ko pan-TA-wag.

Please, close the door behind you.
Pakisara ang pinto sa likod mo.
pa-ki-sa-RA ang pin-TO sa li-KOD mo.

I need to talk to you privately.
Kailangan kitang makausap nang pribado.
kay-LA-ngan ki-TANG ma-ka-OO-sap nang pri-BA-do.

Your team is doing good work on this project.
Maganda ang trabaho ng iyong team sa proyektong ito.
ma-gan-DA ang tra-BA-ho nang i-YONG teem sa pro-YEK-tong i-TO.

Our numbers are down this quarter.
Mababa ang ating statistics ngayong bahagi ng taon.
ma-BA-ba ang A-ting sta-TIS-tiks nga-YONG ta-ON.

I need you to work harder than usual.
Kailangan monng mas lalo pang magpursigi sa trabaho.
kay-LA-ngan mong LA-lo pang mag-POOR-si-gi sa tra-BA-ho.

I'm calling in sick today. Can anyone cover my shift?
A-absent ako ngayon. Meron bang pwedeng sumalo ng aking shift?
a-AB-sent a-KO nga-YON. ME-ron bang PWE-deng soo-ma-LO nang A-king shift?

Tom, we are thinking of promoting you.
Tom, pinag-iisipan naming i-promote ka.
tom, pi-nag-i-i-SI-pan NA-ming i-pro-MOWT ka.

I would like a raise.
Gusto ko ng dagdag sa aking sahod.
goos-TO ko nang dag-DAG sa A-king SA-hod.

150

THE WEATHER

I think the weather is changing.
Palagay ko, nagbabago ang panahon.
pa-la-GAY ko nag-ba-BA-go ang pa-na-HON.

Be careful, it is raining outside.
Ingat, umuulan sa labas.
EE-ngat, oo-MOO-oo-lan sa la-BAS.

Make sure to bring your umbrella
Siguraduhin mong magdala ka ng iyong payong.
si-goo-ra-DOO-hin mong mag-da-LA ka nang i-YONG PA-yong.

Get out of the rain or you will catch a cold.
Sumilong ka kung hindi sisipunin ka.
soo-MEE-long ka koong hin-DEE? si-si-poo-NIN ka.

Is it snowing?
Umuulan ba ng nyebe?
oo-MOO-oo-lan ba nang NYE-be?

The snow is very thick right now.
Sobrang kapal ng nyebe ngayon.
SOB-rang ka-PAL nang NYE-be nga-YON.

Be careful, the road is full of ice.
Ingat, ma-yelo ang daan.
EE-ngat, ma-YE-lo ang da-AN.

What is the climate like here? Is it warm or cold?
Ano ang klima dito? Mainit o malamig?
A-no ang KLEE-ma DEE-to? ma-EE-nit o ma-la-MIG?

It has been a very nice temperature here.
Ang ganda ng temperatura dito.
ang gan-DA nang tem-pe-ra-TOO-ra DEE-to.

Does it rain a lot here?
Madalas bang umulan dito?
ma-da-LAS bang oo-moo-LAN DEE-to?

The temperature is going to break records this week.
Tiyak na panibagong record na naman ang temperatura ngayong linggo.
ti-YAK na pa-ni-BA-gong RE-kord na na-MAN ang tem-pe-ra-TOO-ra nga-YONG ling-GO.

Does it ever snow here?
Umuulan ba ng nyebe dito?
oo-moo-oo-LAN ba nang NYE-be DEE-to?

When does it get sunny?
Kailan umaaraw dito?
kay-LAN oo-ma-A-raw DEE-to?

What does the forecast look like for tomorrow?
Anong itsura ng panahon bukas?
a-NONG i-CHOO-ra nang pa-na-HON BOO-kas?

This is a heatwave.
Ito ay isang heatwave.
i-TO ay i-SANG HEET-weyv.

Right now, it is overcast, but it should clear up by this evening.
Ngayon ay makulimlim pero mamayang gabi ay aaliwalas na.
nga-YON ay ma-koo-lim-LIM PE-ro ma-ma-YANG ga-BI ay a-a-li-WA-las na.

It is going to heat up in the afternoon.
Iinit sa hapon.
i-EE-nit sa HA-pon.

What channel is the weather channel?
Anong channel ang weather channel?
a-NONG CHA-nel ang WE-der CHA-nel?

Tonight it will be below freezing.
Mamayang gabi ay mas mababa pa sa 0 ang temperatura.
ma-ma-YANG ga-BI ay mas ma-BA-ba pa sa ZEE-ro ang tem-pe-ra-TOO-ra.

It's very windy outside.
Sobrang mahangin sa labas.
sob-RANG ma-HA-ngin sa la-BAS.

It's going to be cold in the morning.
Magiging malamig sa umaga.
ma-GEE-ging ma-la-MIG sa oo-MA-ga.

It's not raining, only drizzling.
Hindi umuulan, umaambon lang.
hin-DEE? oo-moo-oo-LAN, oo-MA-am-bon lang.

HOTEL

I would like to book a room.
Gusto kong mag-book ng kwarto.
goos-TO kong mag-BOOK nang KWAR-to.

I'd like a single room.
Gusto ko ng isang single room.
goos-TO ko nang i-SANG SEENG-gel room.

I'd like a suite.
Gusto ko ng isang suite.
goos-TO ko nang i-SANG sweet.

How much is the room per night?
Magkano ang kwarto kada isang gabi?
mag-KA-no ang KWAR-to KA-da i-SANG ga-BI?

How much is the room with tax?
Magkano ang isang kwarto kasama na ang buwis?
mag-KA-no ang i-SANG KWAR-to ka-SA-ma na ang bu-WIS?

When is the checkout time?
Anong oras ang checkout?
a-NONG O-ras ang CHEK-awt?

I'd like a room with a nice view.
Gusto ko ng kwartong may magandang view.
goos-TO ko nang KWAR-tong may ma-gan-DANG vyoo.

I'd like to order room service.
Gusto kong umorder ng room service.
goos-TO kong oo-MOR-der nang room SER-vis.

Let's go swim in the outdoor pool.
Lumangoy tayo sa pool sa labas.
loo-ma-NGOY TA-yo sa pool sa la-BAS.

Are pets allowed at the hotel?
Pwede ba ang mga alagang hayop sa hotel?
PWE-de ba ang ma-NGA a-LA-gang HA-yop sa ho-TEL?

I would like a room on the first floor.
Gusto ko ng kwarto sa first floor.
goos-TO ko nang KWAR-to sa ferst flor.

Can you send maintenance up to our room for a repair?
Pwede ka bang magpaakyat ng maintenance sa kwarto namin para magkumpuni?
PWE-de ka bang mag-pa-ak-YAT nang MEYN-te-nans sa KWAR-to NA-min pa-RA mag-kum-PU-ni?

I'm locked out of my room, could you unlock it?
Na-lock ko ang kwarto ko, pwede mo ba itong buksan?
na-LAK ko ang KWAR-to ko, PWE-de mo ba i-TONG book-SAN?

Our door is jammed and won't open.
Sira ang pinto namin at ayaw bumukas.
si-RA ang pin-TO NA-min at A-yaw boo-moo-KAS.

How do you work the shower?
Paano gamitin ang shower?
pa-A-no ga-MEE-tin ang SHA-wer?

Are the consumables in the room free?
Libre ba ang mga nakalagay sa kwarto?
LEE-bre ba ang ma-NGA na-ka-la-GAY sa KWAR-to?

What is my final bill for the stay, including incidentals?
Magkano ang bill ko sa pagtigil, kasama na lahat?
mag-KA-no ang bil ko sa pag-TEE-gil, ka-SA-ma na la-HAT?

Can you show me to my room?
Pwede mo ba akong ihatid sa kwarto ko?
PWE-de mo ba a-KONG i-ha-TID sa KWAR-to ko?

Where can I get ice for my room?
Saan ako pwedeng kumuha ng yelo para sa kwarto ko?
sa-AN a-KO PWE-deng koo-MOO-ha? nang YE-lo PA-ra sa KWAR-to ko?

Do you have any rooms available?
Meron pa bang bakanteng kwarto?
ME-ron pa bang ba-KAN-teng KWAR-to?

Do you sell bottled water?
Nagtitinda ba kayo ng nakaboteng tubig?
nag-TEE-tin-da ba ka-YO nang na-ka-BO-teng TOO-big?

Our towels are dirty.
Madumi ang mga tuwalya namin.
ma-doo-MI ang ma-NGA too-WAL-ya NA-min.

Have you stayed at this hotel before?
Nasubukan mo na ba ang hotel na ito dati?
na-soo-BOO-kan mo na ba ang ho-TEL na i-TO DA-ti?

How much is a room for two adults?
Magkano ang isang kwarto para sa dalawang tao?
mag-KA-no ang i-SANG KWAR-to PA-ra sa da-la-WANG TA-o?

Does the room come with a microwave?
Meron bang kasamang microwave ang kwarto?
ME-ron bang ka-SA-mang may-kro-WEYV ang KWAR-to?

May I see the room first? That way I will know if I like it.
Pwede ko ba munang makita ang kwarto? Para malaman ko kung
magugustuhan ko.
*PWE-de ko ba MOO-nang ma-KEE-ta ang KWAR-to? PA-ra ma-LA-man ko
koong ma-GOO-goos-too-han ko.*

Do you have a room that is quieter?
Meron bang mas tahimik na kwarto?
ME-ron bang mas ta-HEE-mik na KWAR-to?

How much is the deposit for my stay?
Magkano ang deposito para sa pagtigil ko?
mag-KA-no ang de-PO-si-to PA-ra sa pag-TEE-gil ko?

Is the tap water drinkable at the hotel?
Pwede bang inumin ang tubig ng gripo sa hotel?
PWE-de bang i-noo-MIN ang TOO-big ng GREE-po sa ho-TEL?

Will there be any holds on my credit card?
Meron bang iho-hold sa credit card ko?
ME-ron bang i-ho-HOLD sa KRE-dit kard ko?

Can I get a replacement room key?
Pwede bang makakuha ng kapalit na susi ng kwarto?
PWE-de bang ma-ka-KOO-ha nang ka-pa-LIT na SOO-si nang KWAR-to?

How much is a replacement room key?
Magkano magpapalit ng susi ng kwarto?
mag-KA-no mag-pa-pa-LIT nang SOO-si nang KWAR-to?

Does the bathroom have a shower or a bathtub?
Meron bang shower o bathtub ang banyo?
ME-ron bang SHA-wer o BAT-tab ang BAN-yo?

Are any of the channels on the TV available in English?
Meron bang channel sa TV na Ingles?
ME-ron bang CHA-nel sa TEE-vee na ing-GLES?

I want a bigger room.
Gusto ko ng mas malaking kwarto.
goos-TO ko nang mas ma-la-KING KWAR-to.

Do you serve breakfast in the morning?
Nagseserve ba kayo ng agahan?
nag-se-SERV ba ka-YO nang a-GA-han?

Oh, it's spacious.
Ah, malaki ito.
a, ma-la-KI i-TO.

My room is this way.
Papunta rito ang kwarto ko.
pa-poon-TA REE-to ang KWAR-to ko.

Straight down the hall.
Diretso lang sa hall.
di-RE-cho lang sa hol.

Can you suggest a different hotel?
May maimumungkahi ka bang ibang hotel?
may ma-i-moo-moong-KA-hi? ka bang i-BANG ho-TEL?

Does the room have a safe for my valuables?
Meron bang vault ang kwarto para sa mga importanteng gamit ko?
ME-ron bang volt ang KWAR-to PA-ra sa ma-NGA im-por-TAN-teng GA-mit ko?

Please clean my room.
Pakilinis ang kwarto ko.
pa-ki-LEE-nis ang KWAR-to ko.

Don't disturb me, please.
Huwag mo akong istorbohin, pakiusap.
hoo-WAG mo a-KONG is-TOR-bo-hin, pa-ki-OO-sap.

Can you wake me up at noon?
Pwede mo ba akong gisingin sa tanghali?
PWE-de mo ba a-KONG gi-SEE-ngin sa tang-HA-lee??

I would like to check out of my hotel room.
Gusto ko nang magcheck out sa kwarto ko.
goos-TO ko nang mag CHECK-awt sa KWAR-to ko.

Please increase the cleanup duty of my hotel room.
Pakidagdagan ang skedyul ng paglilinis ng kwarto ko.
pa-ki-dag-da-GAN ang SKE-jool nang pag-li-LI-nis nang KWAR-to ko.

Is the Marriott any good?
Maganda ba sa Marriott?
ma-gan-DA ba sa MAR-yot?

Is it expensive to stay at the Marriott?
Mahal bang tumigil sa Marriott?
ma-HAL bang too-MEE-gil sa MAR-yot?

I think our room has bedbugs.
Parang may surot sa kwarto namin.
Pa-rang may SOO-rot sa KWAR-to NA-min.

Can you send an exterminator to our room?
Pwede ka bang magpadala ng pest control sa kwarto namin?
PWE-de ka bang mag-pa-da-LA nang pest kon-TROL sa KWAR-to NA-min?

I need to speak to your manager.
Kailangan kong kausapin ang manager mo.
kay-LA-ngan kong ka-oo-SA-pin ang ma-ne-JER mo.

Do you have the number to corporate?
Meron ka bang number ng admin?
ME-ron ka bang NAM-ber nang AD-min?

Does the hotel shuttle go to the casino?
Naghahatid ba ang shuttle ng hotel sa casino?
nag-HA-ha-tid ba ang SHA-tel nang ho-TEL sa ka-SEE-no?

Can you call me when the hotel shuttle is on its way?
Pwede mo ba akong tawagan kapag papunta na ang shuttle ng hotel?
PWE-de mo ba a-KONG ta-WA-gan ka-PAG pa-poon-TA na ang SHA-tel nang ho-TEL?

Can we reserve this space for a party?
Pwede bang ipa-reserve ang lugar na ito para sa party?
PWE-de bang i-pa-re-SERV ang loo-GAR na i-TO PA-ra sa PAR-ti?

What is the guest limit for reserving an area?
Ano ang guest limit para makapag-reserve ng isang lugar?
a-NO ang gest LEE-mit Pa-ra ma-ka-pag-re-SERV nang i-SANG loo-GAR?

What are the rules for reserving an area?
Ano ang mga patakaran sa pagpapa-reserve ng isang lugar?
a-NO ang ma-NGA PA-ta-ka-ran sa pag-pa-pa-re-SERV nang i-SANG loo-GAR?

Can we serve or drink alcohol during our get together?
Pwede ba tayong mag-alak kapag nagsalu-salo tayo?
PWE-de ba TA-yong mag-A-lak ka-PAG nag-SA-loo SA-lo TA-yo?

I would like to complain about a noisy room next to us.
Gusto kong ireklamo ang maingay na katabing kwarto namin.
goos-TO kong i-rek-LA-mo ang ma-EE-ngay na ka-ta-BING KWAR-to NA-min.

We have some personal items missing from our room.
May mga personal kaming gamit na nawawala sa kwarto.
may ma-NGA per-so-NAL ka-MEENG GA-mit na na-WA-wa-la? sa KWAR-to.

SPORTS AND EXERCISE

Can we walk faster?
Pwede ba tayong maglakad nang mas mabilis?
PWE-de ba TA-yong mag-la-KAD nang mas ma-bi-LIS?

Do you want to go to a drag race track?
Gusto mo bang pumunta sa isang karerahan?
goos-TO mo bang po-moon-TA sa i-SANG KA-re-ra-han?

Are you taking a walk?
Naglalakad-lakad ka ba?
nag-la-la-KAD la-KAD ka ba?

Do you want to jog for a kilometer or two?
Gusto mo bang magjogging ng isa hanggang dalawang kilometro?
goos-TO mo bang mag-JA-ging nang ma-NGA i-SA hang-GANG da-la-WANG ki-lo-ME-tro?

How about fast walking?
Kung brisk walking?
koong brisk WO-king?

Would you like to walk with me?
Gusto mo bang maglakad kasama ako?
goos-TO mo bang mag-la-KAD ka-SA-ma a-KO?

He is a really good player.
Magaling talaga siyang manlalaro.
ma-ga-LING ta-la-GA shang man-la-LA-ro.

I feel bad that they traded him to the other team.
Nalulungkot ako na ipinalit siya sa kabilang team.
na-loo-loong-KOT a-KO na i-pi-na-LIT sha sa ka-bi-LANG teem.

Did you see that home run?
Nakita mo ang home run na iyon?
na-KEE-ta? mo ang howm ran na i-YON?

160

I have been a fan of that team for many years.
Ilang taon na akong fan ng team na iyan.
i-LANG ta-ON na a-KONG fan nang teem na i-YAN.

Who is your favorite team?
Sino ang paborito mong team?
SEE-no ang pa-bo-REE-to mong teem?

Pelé is my favorite player.
Si Pele ang paboritong kong manlalaro.
si PE-le ang pa-bo-REE-to kong man-la-LA-roʔ.

Do you like soccer?
Mahilig ka ba sa soccer?
ma-HEE-lig ka ba sa SA-ker?

Do you watch American football?
Nanonood ka ba ng American football?
na-NO-no-od ka ba nang a-ME-ri-kan fut-BOL?

Are there any games on right now?
May laro ba ngayon?
may la-RO ba nga-YON?

That was a bad call by the ref.
Pangit ang tawag ng referee.
PA-ngit ang TA-wag nang RE-fe-ree.

I put a lot of money on this game.
Malaki ang ipinusta ko sa larong ito.
ma-la-KI ang i-pi-noos-TA ko sa la-RONG i-TO.

His stats have been incredible this season.
Napakaganda ng stats niya ngayong season.
na-pa-ka-gan-DA nang stats nya nga-YONG SEE-son.

Do you want to play baseball today?
Gusto mo bang mag-baseball ngayong araw?
goos-to mo bang mag-BEYS-bol nga-YONG A-raw?

Let's go to the soccer field and practice.
Tara sa soccer field at mag-ensayo.
ta-RA sa SA-ker fild at mag-en-SA-yo.

I am barely working up a sweat.
Hindi man lang ako pinagpapawisan.
hin-DEE? man lang a-KO pi-nag-PA-pa-wi-san .

Let's go to the gym and lift weights.
Tara sa gym at mag-weight lifting.
ta-RA sa jim at mag-weyt-LIF-ting.

Give me more weights.
Bigyan mo pa ako ng weights.
big-YAN mo pa a-KO nang weyts.

Take some weights off.
Bawasan mo ang weights.
ba-WA-san mo ang weyts.

Will you spot me?
Pwede mo ba akong i-spot?
PWE-de mo ba a-KONG i-SPAT?

How long do you want me to run on the treadmill?
Gaano katagal ako dapat tumakbo sa treadmill?
ga-A-no ka-ta-GAL a-KO DA-pat too-mak-BO sa TRED-mil?

Is this the best gym in the area?
Ito ba ang pinakamagandang gym sa lugar?
i-TO ba ang pi-na-ka-ma-gan-DANG jim sa loo-GAR?

Do I need a membership to enter this gym?
Kailangan ba ng membership bago makapasok sa gym?
kay-LA-ngan ba nang mem-ber-SHIP BA-go ma-ka-PA-sok sa jim?

Do you have trial memberships for tourists?
Meron bang trial membership para sa mga turista?
ME-ron bang TRA-yal mem-ber-SHIP PA-ra sa ma-NGA too-RIS-ta?

My muscles are still sore from the last workout.
Masakit pa ang katawan ko sa huling workout.
ma-sa-KIT pa ang ka-ta-WAN ko sa hoo-LING WORK-awt.

Give me a second while I adjust this.
Sandali lang, i-aadjust ko lang ito.
san-da-LI lang, i-a-ad-JAST ko lang i-TO.

Time to hit the steam room!
Oras na para sa steam room!
O-ras na PA-ra sa steem room!

You can put that in my locker.
Pwede mong ilagay iyan sa locker ko.
PWE-de mong i-la-GAY i-YAN sa LA-ker ko.

I think we have to take turns on this machine.
Sa tingin ko kailangan nating magsalitan sa makinang ito.
sa ti-NGIN ko kay-LA-ngan NA-ting mag-sa-LEE-tan sa ma-kee-NANG- i-TO.

Make sure to wipe down the equipment when you are done.
Siguruhing punasan ang equipment pagkatapos gamitin.
si-goo-ROO-hing poo-NA-san ang e-KWIP-ment pag-ka-TA-pos ga-MEE-tin.

Is there a time limit on working out here?
Meron bang time limit sa pagwo-work out dito?
ME-ron bang taym LEE-mit sa pag-wo-WORK awt DEE-to?

We should enter a marathon.
Sumali tayo sa marathon.
soo-MA-li TA-yo sa MA-ra-ton.

How has your diet been going?
Kumusta ang diet mo?
koo-moos-TA ang DA-yet mo?

Are you doing keto?
Nagke-keto ka ba?
nag-ki-KEE-to ka ba?

Make sure to stay hydrated while you work out.
Uminom ka ng madaming tubig habang ikaw ay nagwo-work out.
oo-mi-NOM ka nang ma-DA-ming TOO-big HA-bang i-KAW ay nag-wo-WORK awt.

I'll go grab you a protein shake.
Ikukuha na kita ng protein shake.
i-koo-KOO-haʔ na ki-TA nang PRO-tin sheyk.

Do you want anything else? I'm buying.
May gusto ka pa ba? Ako ang magbabayad.
may goos-TO ka pa ba? a-KO ang mag-ba-BA-yad.

I need to buy some equipment before I play that.
Kailangan ko munang bumili ng ilang equipment bago ko laruin iyan.
kay-LA-ngan ko MOO-na boo-mi-LI nang i-LANG e-KWIP-ment BA-go ko la-roo-IN i-YAN.

Do you want to spar?
Gusto mong mag-spar?
goos-TO mong mag-SPAR?

Full contact sparring.
Buong contact sa sparring.
BU-ong kon-TAKT sa SPA-ring.

Just a simple practice round.
Simpleng practice round lang.
SIM-pleng PRAK-tis rawnd lang.

Do you want to wrestle?
Gusto mong magwrestling?
goos-TO mong mag-REST-ling?

What are the rules to play this game?
Ano ang mga patakaran ng larong ito?
a-NO ang ma-NGA pa-ta-KA-ran nang la-RONG i-TO?

Do we need a referee?
Kailangan ba natin ng referee?
kay-LA-ngan ba NA-tin nang RE-fe-ree?

I don't agree with that call.
Hindi ako sang-ayon sa tawag na iyon.
hin-DEE? a-KO sang-A-yon sa TA-wag na i-YON.

Can we get another opinion on that score?
Meron bang pwedeng tumingin ulit ng iskor na iyon?
ME-ron bang PWE-deng too-mi-NGIN oo-LIT nang is-KOR na i-YON?

How about a game of table tennis?
Kung maglaro kaya tayo ng table tennis?
koong mag-la-RO ka-YA? TA-yo nang TEY-bol TE-nis?

Do you want to team up?
Gusto mo bang maging magkakampi tayo?
goos-TO mo bang ma-GING mag-ka-kam-PI TA-yo?

Goal!
Goal!
gowl!
Homerun!
Homerun!
HOWM-ran!

Touchdown!
Touchdown!
TACH-dawn!

Score!
Score!
skor!

On your mark, get set, go!
On your mark, get set, go!
on yor mark, get set, gow!

Do you want to borrow my equipment?
Gusto mo bang hiramin ang equipment ko?
goos-TO mo bang hi-ra-MIN ang e-KWIP-ment ko?

Hold the game for a second.
Ihinto muna natin ang laro saglit.
ee-hin-TO? MOO-na NA-tin ang la-RO? SAG-lit.

I don't understand the rules of this game.
Hindi ko naiintindihan ang mga patakaran ng laro.
hin-DEE? ko na-i-in-TIN-di-han ang ma-NGA pa-ta-KA-ran nang la-RO?.

Timeout!
Timeout!
taymawt!

Can we switch sides?
Pwede ba tayong magpalit ng pwesto?
PWE-de ba TA-yong mag-pa-LIT nang PWES-to?

There is something wrong with my equipment.
May mali sa equipment ko.
may ma-LI? sa e-KWIP-ment ko.

How about another game?
Kung isang laro? pa?
koong i-SANG la-RO pa?

I would like a do over of that last game.
Gusto kong ulitin ang huling laro.
goos-TO kong oo-LI-tin ang hoo-LING LA-ro?.

Do you want to go golfing?
Gusto mo bang mag-golf?
goos-TO mo bang mag-GOLF?

Where can we get a golf cart?
Saan pwedeng kumuha ng golf cart?
sa-AN PWE-deng koo-MOO-ha? nang golf kart?

Do you have your own clubs?
Meron ka bang sariling clubs?
ME-ron ka bang sa-REE-ling klabs?

Would you like to play with my spare clubs?
Gusto mo bang gamitin ang ekstra kong clubs?
goos-TO mo bang ga-MEE-tin ang EKS-tra kong klabs?

How many holes do you want to play?
Ilang butas ang gusto mong laruin?
i-LANG BU-tas ang goos-TO mong la-roo-IN?

Do I have to be a member of this club to play?
Kailangan ko bang maging club member bago makapaglaro?
kay-LA-ngan ko bang ma-GING klab mem-BER BA-go ma-ka-pag-la-RO??

Let me ice this down, it is sore.
Yeyeluhan ko lang ito, namamaga.
ye-ye-LOO-han ko lang i-TO, na-MA-ma-ga?.

I can't keep up with you, slow down.
Hindi kita masundan, hinay-hinay lang.
hin-DEE? ki-TA ma-soon-DAN, hi-nay-HEE-nay lang.

Let's pick up the pace a little bit.
Bilisan natin nang konti.
bi-li-SAN NA-tin nang KON-teʔ.

Do you need me to help you with that?
Gusto mo ng tulong ko diyan?
goos-TO mo nang TOO-long ko jan?

Am I being unfair?
Hindi ba ako patas?
hin-DEEʔ ba a-KO PA-tas?

Let's switch teams for the next game.
Palit tayo ng team sa susunod na laro.
pa-LIT TA-yo nang teem sa soo-soo-NOD na la-ROʔ.

Hand me those weights.
Pakiabot mo sa akin ang weights na iyon.
pa-ki-a-BOT mo sa A-kin ang weyts na i-YON.

THE FIRST 24 HOURS AFTER ARRIVING

When did you arrive?
Kailan ka dumating?
kay-LAN ka doo-ma-TING?

That was a very pleasant flight.
Sobrang ayos ng flight na iyon.
SOB-rang A-yos nang flayt na i-YON.

Yes, it was a very peaceful trip. Nothing bad happened.
Oo, sobrang payapa ang naging byahe. Walang aberya.
O-o, SOB-rang-pa-YA-pa? ang na-GING BYA-he. wa-LANG a-ber-YA.

I have jetlag so I need to lay down for a bit.
May jetlag ako kaya kailangan ko munang humiga sandali.
may JET-lag a-KO ka-YA kay-LA-ngan ko MOO-na hoo-mi-GA? san-da-LI?.

No, that was my first time flying.
Hindi, unang beses kong sumakay ng eroplano.
hin-DEE?, oo-NANG BE-ses kong soo-ma-KAY nang e-ro-PLA-no.

When is the check-in time?
Anong oras ang check-in?
a-NONG O-ras ang CHEK-in?

Do we need to get cash?
Kailangan ba natin ng cash?
kay-LA-ngan ba NA-tin nang kash?

How much money do you have on you?
Magkano ang pera mo diyan?
mag-KA-no ang PE-ra mo jan?

How long do you want to stay here?
Hanggang kailan mo gustong manatili dito?
hang-GANG kay-LAN mo goos-TONG ma-na-TEE-li? DEE-to?

Do we have all of our luggage?
Nandyan na ba ang lahat ng bagahe natin?
nan-JAN na ba ang la-HAT nang ba-GA-he NA-tin?

Let's walk around the city a bit before checking in.
Mamasyal muna tayo palibot sa syudad bago magcheck-in.
ma-ma-SHAL MOO-na TA-yo pa-LIbot sa SHOO-dad BA-go mag-CHEK-in.

When is check-in time for our hotel?
Anong oras ang check-in natin sa hotel?
a-NONG O-ras ang CHEK-in NA-tin sa ho-TEL?

I'll call the landlord and let him know we landed.
Tatawagan ko ang may-ari ng bahay para ipaalam na nakalapag na tayo.
ta-ta-WA-gan ko ang may-A-ri? nang BA-hay PA-ra i-pa-a-LAM na na-ka-la-PAG na TA-yo.

Let's find a place to rent a car.
Humanap tayo ng rentahan ng sasakyan.
hoo-MA-nap TA-yo nang ren-TA-han nang sa-sak-YAN.

Let's walk around the hotel room and make sure it's correct.
Libutin muna natin ang kwarto ng hotel at siguruhing nasa ayos ang lahat.
li-BOO-tin MOO-na NA-tin ang KWAR-to nang ho-TEL at see-gu-RU hing NA-sa A-yos ang la-HAT.

We'll look at our apartment and make sure everything is in order.
Titingnan muna namin ang apartment at sisiguruhing maayos ang lahat.
ti-ting-NAN MOO-na NA-min ang a-PART-ment at si-si-gu-RU-hing ma-A-yos ang la-HAT.

THE LAST 24 HOURS BEFORE LEAVING

Where are the passports?
Nasaan ang mga pasaporte?
Na-sa-an ang ma-NGA pa-sa-POR-te?

Did you fill out the customs forms?
Nasagutan mo na ba ang form ng customs?
na-sa-goo-TAN mo na ba ang form nang KOS-toms?

Make sure to pack everything.
Siguruhin mong naka-empake na ang lahat.
si-goo-ROO-hin mong na-ka-em-PA-ke na ang la-HAT.

Where are we going?
Saan tayo papunta?
sa-AN TA-yo pa-poon-TA?

Which flight are we taking?
Anong flight tayo?
a-NONG flayt TA-yo?

Check your pockets.
Tingnan mo sa bulsa mo.
ting-NAN mo sa bool-SA mo.

I need to declare some things for customs.
Kailangan kong magdeklara ng ilang bagay sa customs.
kay-LA-ngan kong mag-dek-la-RA nang i-LANG BA-gay sa KOS-toms.

No, I have nothing to declare.
Wala, wala akong idedeklara.
wa-LA?, wa-LA? a-KONG i-de-dek-la-RA.

What is the checkout time?
Anong oras ang checkout?
a-NONG O-ras ang CHEK-awt?

Make sure your phone is charged.
Siguruhin mong naka-charge ang cellphone mo.
si-goo-ROO-hin mong na-ka-CHARJ ang SEL-fown mo.

Is there a fee attached to this?
May bayad ba ito?
may BA-yad ba i-TO?

Do we have any outstanding bills to pay?
Meron pa ba kaming dapat bayaran?
Me-ron pa ba ka-MEENG DA-pat ba-YA-ran?

What time does our flight leave?
Anong oras aalis ang flight natin?
a-NONG O-ras a-a-LIS ang flayt NA-tin?

What time do we need to be in the airport?
Anong oras tayo dapat na nasa airport?
a-NONG O-ras TA-yo DA-pat na NA-sa EYR-port?

How bad is the traffic going in the direction of the airport?
Gaano kalala ang traffic papuntang airport?
ga-A-no ka-la-LA? ang TRA-fik pa-poon-TANG EYR-port?

Are there any detours we can take?
May iba ba tayong pwedeng daanan?
may i-BA ba TA-yong PWE-deng da-A-nan?

What haven't we seen from our list since we've been down here?
Ano pang hindi natin napuntahan sa ating listahan simula nang dumating tayo?
a-NO pang hin-DEE? NA-tin na-POON-ta-han sa A-ting lis-TA-han si-moo-LA nang doo-ma-TING TA-yo?

We should really buy some souvenirs here.
Bumili na tayo ng mga pasalubong dito.
boo-mi-LI na TA-yo nang ma-NGA pa-sa-LOO-bong DEE-to.

Do you know any shortcuts that will get us there faster?
May alam ka bang shortcut para mapabilis ang pagdating natin doon?
may a-LAM ka bang SHORT-kat PA-ra ma-pa-bi-LIS ang pag-da-TING NA-tin do-ON?

GPS the location and save it.
I-GPS mo ang lokasyon at i-save mo.
ee-JEE-pee-es mo ang lo-ka-SHON at i-SEYV mo.

Are the items we're bringing back allowed on the plane?
Pwede ba sa eroplano ang mga gamit na dala natin pabalik?
PWE-de ba sa e-ro-PLA-no ang ma-NGA da-MIT na da-LA NA-tin pa-ba-LIK?

We should call our families back home before leaving.
Dapat ay tawagan natin ang mga pamilya natin sa bahay bago umalis.
DA-pat ay ta-wa-GAN NA-tin ang ma-NGA pa-MIL-ya NA-tin sa BA-hay BA-go oo-ma-LIS.

Make sure the pet cage is locked.
Siguruhin mong nakasara ang kulungan ng hayop.
si-goo-ROO-hin mong na-ka-sa-RA ang koo-LOO-ngan nang HA-yop.

Go through your luggage again
Tingnan mo ulit ang bagahe mo.
ting-NAN mo oo-LIT ang ba-GA-he mo.

CONCLUSION

Congratulations! Reaching this part of the book means you're already one step closer to speaking like a true native. Tagalog can be difficult, but give yourself a tap on the back for learning over a thousand ways to express yourself! You are now a level higher than when you began.

Is this the end for you? Definitely not!

If anything, this is just the start. While learning these everyday expressions is already a huge feat in itself, know that language learning goes beyond just reading. You need to practice *over and over again*. Repetition is the key to successful language acquisition. It doesn't matter if you can't get the right accent just yet. It doesn't matter if you haven't memorized everything. What's important is you keep exposing yourself to the language.

Trust us, one or two rounds of reading this book will simply not suffice. You'll be bound to forget everything as soon as you close this book. So instead of hastily running through these phrases, just take it day by day. Focus on one chapter each time. If you can get a speaking partner(s), that would be ten times better. Read a chapter, then practice with them. One chapter = 3 days of speaking practice.

It is vital to keep a pace that suits your lifestyle and your linguistic skills. If you need to take a short break after each chapter, then do so. Information overloading is not consistency. You have to work smart. Tagalog is a tricky language, so it is important that you really make space for it as you study it. Rushing your way through this language is nothing but futile.

Lastly, surround yourself with locals as much as you can. Most of the nuances in Tagalog are context-based, so it will really help that you complement your reading with immersion. Knowing which situation calls for which expression is the key to Tagalog mastery. Even the tone can vary depending on the context, so pay attention to how the locals use and pronounce these phrases. Furthermore, you can also pick up new words and expressions to add to our list!

Again, this Tagalog Phrasebook is not made for one sitting. It is made to be picked up every now and then as tool in navigating the everyday Filipino life. Whether you plan to learn Tagalog for short-term or long-term use, we are confident that our tips will help you in many different ways.

If you loved this book, make sure to watch out for our next Tagalog guide!

MORE BOOKS BY LINGO MASTERY

You've decided to learn Tagalog – great choice!

Tagalog, also known as Filipino, isn't an easy language to learn. Mostly due to the absolute lack of reading material out there, you can find it quite tough to learn this language spoken by around 24 million people in the Philippines and around the world.

But we're about to change that with **Tagalog Short Stories for Beginners**! By providing you with 20 easy-to-read, compelling and fun stories that will give you the tools that you require to learn the language, get ready to expand your vocabulary and improve your grasp of the wonderful Filipino tongue.

How Tagalog Short Stories for Beginners works:

- Each chapter possesses a funny, interesting and thought-provoking story based on real-life situations, allowing you to learn a bit more about the Filipino culture.
- Next up, you will find a summary in Tagalog and in English of what you just read, both to review the lesson and for you to see if you understood what the tale was about. Use them if you're having trouble.

- At the end of those summaries, you'll be provided with a list of the most relevant vocabulary involved in the lesson, as well as slang and sayings that you may not have understood at first glance! Don't get lost trying to understand or pronounce it all, either, as all of the vocabulary words are translated for your ease of use!
- Finally, you'll be provided with a set of tricky questions in Tagalog, allowing you the chance to prove that you learned something in the story. Whether it's true or false, or if you're doing the single answer questions, don't worry if you don't know the answer to any — we will provide them immediately afterwards, but no cheating!

We want you to feel comfortable while learning the tongue; after all, no language should be a barrier for you to travel around the world and expand your social circles!

So look no further! Pick up your copy of **Tagalog Short Stories for Beginners** and level up your Tagalog language learning right now!

Printed in Great Britain
by Amazon

82223410R00108